வ.வே.சு. ஐயர்

ஒரு வாழ்க்கை

ஆசிரியரின் பிற நூல்கள்

ஹென்றி ஃபோர்ட் : ஒரு கார் - ஒரு ஊர் - ஒரு பேர்

அலாஸ்கா : அழகின் சிலிர்ப்பு

கயிலாய யாத்திரை : பனி கண்டேன் பரமன் கண்டேன்

அலெக்சாண்டர் கிரஹாம் பெல்

எடிசன் : கண்டுபிடிப்புகளின் கதாநாயகன்

மகாகவி பாரதி

வீர் சாவர்க்கர்

வ.வே.சு. ஐயர்

ஒரு வாழ்க்கை

இலந்தை சு. இராமசாமி

கிழக்கு

வ.வே.சு. ஐயர்: ஒரு வாழ்க்கை
Va.Ve.Su. Iyer: Oru Vaazhkai
Ilandhai S. Ramasamy ©

First Edition: September 2007
136 Pages
Printed at Repro Knowledgecast Limited, Thane.

ISBN: 978-81-8368-456-9
Title No. Kizhakku 258

Kizhakku Pathippagam
177/103, First Floor,
Ambal's Building, Lloyds Road,
Royapettah, Chennai 600 014.
Ph: +91-44-4200-9603

Email : support@nhm.in
Website : www.nhm.in

Author's Email: subbaierramasami@yahoo.com

Kizhakku Pathippagam is an imprint of New Horizon Media Private Limited

❖ ❖ ❖

தென்னாப்பிரிக்காவிலும் கெய்ரோவிலும் காந்தி பெற்ற வெற்றிகளைக் கண்டேன். அப்போதே அவரிடம் பற்றிருந்தது. லண்டனில் அவரைப் பார்த்தபோது சத்தியவான், தேஜஸ்வி என்று நினைத்தேன். அப்போது கத்தியில் நம்பிக்கை இருந்த காலம். அதற்குமேல் ஆத்மசக்தியொன்று உண்டென்று மகாத்மா விளக்கினார். தமது சாத்வீக எதிர்ப்பைப் பற்றியும் யோசிக்கும்படி தூண்டினார். அதில் நம்பிக்கை வரப் பத்தாண்டுகள் ஆயின. மகாத்மாவின் வழியால், இரத்தம் சிந்தாது நமது காரியம் முன்னேறும் எனத் தெரிந்ததும் மனம் அவரையே தலைவராகப் பின்பற்றியது. மகாத்மா இணையற்றத் தலைவர்.

- வ.வே.சு. ஐயர்

❖ ❖ ❖

வ.வே.சு. ஐயர்

'ஐயர், வாழ்த்துகள், நீங்கள் பாரிஸ்டர் தேர்வில் வெற்றிபெற்று விட்டதாக அறிவிப்பு வந்திருக்கிறதே!' என்றார் வீர சாவர்க்கர்.

'ஆமாம், ஆனால் நான் அதைப் பெறப் போவதில்லை' என்றார் வ.வே.சு. ஐயர்.

'நீங்கள் இந்த லண்டன் மாநகருக்கு வந்ததே அதைப் பெறு வதற்காகத்தானே?'

'ஆமாம், ஆனால் அப்பொழுது இருந்த ஐயர் வேறு. இப்பொழுதுள்ள ஐயர் வேறு. நீங்கள்தான் என்னை அடியோடு மாற்றிவிட்டீர்களே!. இப்பொழுது என் நினைவெல்லாம் என் தேசம்தான். பாரிஸ்டர் பட்டம் வாங்குவதென்றால் இராஜவிசுவாசப் பிரமாணம் எடுத்துக்கொள்ள வேண்டுமாம்.'

'ஆமாம்.'

'என் மனம் அதற்கு இடங்கொடுக்கவில்லை. அதனால் நான் இராஜ விசுவாசப் பிரமாணம் எடுத்துக்கொள்ள மறுத்துவிட்டேன். அதற்கு ஒப்புக்கொண்டால் பட்டம் கொடுங்கள். இல்லையென்றால் வேண்டாம் என்று எழுதிக்கொடுத்துவிட்டேன்.'

'உங்கள் பேராசிரியர் ஒன்றும் சொல்லவில்லையா?'

'எவ்வளவு பணம் செலவு செய்திருக்கிறாய்! இதைப் பெற ஒவ்வொரு வரும் எவ்வளவு பாடுபடவேண்டியிருக்கிறது!. நல்ல நிலையில் தேர்வு பெற்றிருக்கிற நீ, மறுக்கிறாயே என்றார். ஆனால், அவரிடம் பணிவோடு எடுத்துச் சொன்னேன். புரிந்து கொண்டார்.'

‘ஐயர், இனிமேல் நீங்கள் ஜாக்கிரதையாக இருக்கவேண்டும். உங்களை இரகசிய போலீஸ் கண்காணிக்கத் தொடங்கிவிடும்’ என்றார் சாவர்க்கர்.

‘தொடங்கியாகிவிட்டது. ஏற்கெனவே இரண்டுபேர் என்னைப் பின் தொடர்வதைக் கவனித்துவிட்டேன். இதற்கெல்லாம் பயந்தால் நடக்குமா?’ என்றார் ஐயர்.

நேதாஜி, பாரதி, சிவாஜி, வ.வே.சு. ஐயர் ஆகியோருடைய புகைப் படங்களைப் பார்க்கிறபோது, நமக்குள் ஓர் வீர உணர்ச்சி எழும். ஆனானப்பட்ட ஸ்காட்லாண்ட் யார்டு போலீஸையே சாமர்த்தியமாக ஏமாற்றியவர் வ.வே.சு. ஐயர்.

வீரம் அவரிடம் குடிகொண்டிருந்தது. விவேகம் அவர் கூப்பிட்ட குரலுக்கு வந்தது.

எதிரிகளைக்கூட மிகச் சாமர்த்தியமாக வெற்றிகொண்ட அவர் நண்பர்களிடம்தான் வீழ்ந்துபோனார்.

நாட்டுக்காக வீட்டைத் துறந்தார். சொந்தபந்தச் சுகங்கள் மறந்தார். எழுச்சி ஊட்டும் இலக்கியம் படைத்தார். கடித இலக்கியத் தொடக்கம் அவரே! தமிழ்ச் சிறுகதைக்கு அவர்தான் முன்னோடி. ‘குளத்தங்கரை அரசமரம்’ கதை இன்றும் கொண்டாடப்படுகிறது. ‘இந்தியா’ பத்திரிகையில் அவர் எழுதிவந்த ‘லண்டன் கடிதங்கள்’ வீரத்துக்கும் எழுத்து வலிமைக்கும் சான்று.

தேசமும் தமிழும் அவரது கண்கள் ஆயின.

தமிழில் புதுமைகள் செய்யப் பெரிதும் விழைந்தார். தமிழ் எண்களைத் தான் அவர் எழுதினார். ‘பால பாரதி’, ‘தேசபக்தன்’ ஆகிய பத்திரிகை களின் ஆசிரியராகத் திகழ்ந்தார். மொழிபெயர்ப்புக் கலையை முறைப் படுத்தினார்.

தமிழை, உலக அரங்கில் தலை நிமிர வைத்தார். வெளிநாட்டு நூல் களைத் தமிழுக்குக் கொணர்ந்தார். பழைமையில் நின்று புதுமையைப் பிடித்தார்.

தானே சில தடங்களைப் பதித்தார்.

வாள் பிடித்த கை. வலிமை மிக்க தோள். குஞ்சர நடை. அஞ்சாத நெஞ்சம். முனிவர்போல் தோற்றம். பார்த்தாலே கைகூப்பத்தோன்றும் திரு உருவம்.

வ.வே.சு. ஐயர் ஒரு மகரிஷி. சுதந்தரப்போரில் அவரது துடிப்பு மிக்கச் செயல்கள் பல, எவருக்கும் தெரியாமல் மறக்கப்பட்டன அல்லது மறைக்கப்பட்டன.

சொல்லத் தெரிந்தவர்களால் சொல்ல இயலவில்லை. சொல்ல முடிந்த வர்க்குச் செய்தி கிடைக்கவில்லை.

எல்லோரும் ஒரே குலம் என்ற கொள்கையில் அவரால் தொடங்கப் பட்ட குருகுலம், ஒரு தர்ம சங்கடத்தில் அவரைத் தள்ளிவிட்டது.

விளைவு!

அவர் உள்ளத்தில் நொறுங்கிப்போனார்.

நாட்டுக்காக எரிமலையாகக் கொதித்த அவர், அடித்து நொறுக்கவந்த பயங்கரப் புயல்களையெல்லாம் அனாயாசமாக எதிர்கொண்ட அவர், ஒரு சிறு சூறாவளியில் சிக்கிக்கொண்டார்.

அவர் பட்ட துயர் கண்டு இயற்கை அன்னை அவரை விரைவில் அழைத்துக்கொண்டாள்.

எது எப்படியாயினும் அவர் ஒரு மகான். நாட்டுக்காகச் சகலத்தையும் இழந்த தியாகி.

'தமிழுக்காகவும் நாட்டுக்காகவும் சன்னியாசிபோல் வாழ்கிறேன்' என்றார் அவர். அவர் இறந்தபொழுது வீர சாவர்க்கர் மராட்டிய மொழியில் ஒரு கட்டுரை எழுதினார்.

'நண்பா, உன் மறைவுதான், நான் இதுவரை சந்தித்ததிலேயே மிகப் பெரும் துயரம். பழைய நினைவுகள் அலைமோதுகின்றன. அந்தநாள் நிகழ்ச்சிகள் 'சொல்லு, சொல்லு' என்று பீறிட்டுக்கொண்டு துடிக் கின்றன. ஆனால் சொல்ல இயலவில்லை. உன்னைப் பற்றி எழுதத் துடிக்கிறேன். உன் நல்ல பண்புகளையும், சாந்த குணத்தையும் எதிரிகள் வஞ்சித்தபொழுது, எவ்வளவு உறுதியோடு இருந்தாய் என்பதையும் தொடர்பில்லாதவர்களுக்கும் நீ எவ்வளவு தொண்டு புரிந்தாய் என்பதையும் எழுத நினைக்கிறேன். ஆனால், எழுதுகோல் சக்தியற்ற தாகிவிடுகிறது. ஒருவேளை, எக்காலத்திலும் சொல்ல முடியாமலே போய்விடலாம். அதனைச் சொல்லக்கூடியவர்கள் உயிரோடு இருக்கும் போது, நாடு அடிமைப் பட்டுக்கிடக்கும் இன்றைய நிலையில் சொல்ல முடியாமலே போய்விடலாம். அதனைச் சொல்லக் கூடியவர்கள் உயிரோடு வாழ்ந்துகொண்டிருக்கும் பொழுது சுதந்தரமாகச் சொல்லும் காலம் வருமா என்று தெரியவில்லை. அச்சமின்றிச் சொல்லக் கூடிய

காலம் வரும் போது, அதனைச் சொல்லக்கூடிய சந்ததியர் மறைந்து போயிருப்பர். இமய மலையின் பெருஞ்சிகரங்கள் நேரடியாக வெளியே தெரிகின்றனவா? இல்லையே! அதைப்போல உனது பெருமையும் தெரியாமலே போய்விடலாம்.

பிற்காலச் சந்ததியார் உனக்குக் கடமைப்பட்டிருக்குமாறு நீ எவ்வளவு செய்திருக்கிறாய் என்பதை அவர்களுக்கு விளக்கவும், எங்கள் சொந்தத் துயரத்தையும் நாட்டின் துயரத்தையும் முழுமையாக வெளியிடவும் முடியாதிருக்கும் எங்கள் நிலைமை, இன்னும் பெரிய துயரத்தை விளைவிக்கிறது.'

வீர சாவர்க்கர் அப்பொழுது வெளியிட இயலாதிருந்தாலும் அவற்றை எழுதிவைத்துவிட்டுப் பின்னர் வெளியிடுமாறு செய்திருக்கலாம். ஓர் உண்மையான மாவீரனின் தியாகத்தை நாம் இன்னும் நன்கு தெரிந்துகொண்டிருக்க முடியும்.

ஐயர் தனது மரணம் 44 வயதிலேயே முடிந்துவிடும் என்று எதிர்பார்க்க வில்லை. அவர் இன்னும் கொஞ்ச காலம் வாழ்ந்திருந்தால் தமிழ் இன்னும் சில புதுமைகளைக் கண்டிருக்கும். அவருடைய வாழ்க்கையைப் பற்றி அவரே எழுதியிருக்கவும் கூடும்.

அத்தியாயம்
1

'பாரதி, வாருங்கள், கையில் என்ன புத்தகம்?' என்றுகேட்டார் வ.வே.சுப்பிரமண்ய ஐயர்.

'இது நான் எழுதும் பாரத சக்தி மகா காவியம். இன்னும் சில படலங்களைச் சேர்த்திருக்கிறேன்' என்றார் கவியோகி சுத்தானந்த பாரதியார்.

'நானும் அதைப் பார்த்திருக்கிறேன். இப்பொழுது என்ன புதிதாகச் சேர்த்திருக்கிறீர்கள்?' என்று கேட்டார் வ.வே.சு. ஐயர்.

'உணர்ச்சிப் படலத்தில் உங்களைப் பற்றி எழுதியிருக்கும் ஒரு பாடலைப் படிக்கட்டுமா?'

'பாரதி உங்கள் காவியத்தில் என்னைப் பற்றி எழுதும் அளவுக்கு நான் ஒன்றும் பெரிய ஆளில்லை. என்னைப் பற்றிய கவிதை என்பதால் படிக்க வேண்டாம் என்றுதான் சொல்வேன். ஆனால் யாரைப் பற்றி எழுதியிருந்தாலும் தமிழ்க் கவிதை என்பதால் படியுங்கள் என்றுதான் சொல்வேன்' என்றார் வ.வே.சு. ஐயர்.

'வீரமே வடிவ மானான்
வீரமே செயலு மானான்
வீரமும் கலையும் வாழ்வில்
விளக்கிநற் தமிழ்க்கு லத்தை
வீரர்கள் ஆக்க வேண்டி

குருகுலம் விரும்பி நட்டான்
பாரத வீர ருக்குப்
பரிதியே போன்றான் மன்னோ!'

என்ற பாடலைப் படித்தார் கவியோகி.

'சரியாய்ப்போச்சு' என்று நாணத்துடன் தலையசைத்தார் வ.வே.சு. ஐயர்.

'குருகுலம் என்னுடைய கனவு. இப்பொழுதுள்ள நிலைமைதான் உங்களுக்குத் தெரியுமே! இன்னும் ஒருவருடம், ஒரே ஒரு வருடம் பொறுத்திருந்தால் அதை எங்கேயோ கொண்டு சென்றிருப்பேன். ஹூம்... அது இருக்கட்டும். ஒரு சன்னியாசியைப் போல வாழ்பவன் நான். ஆனால் எனக்கு இரண்டு ஆசைகள்.'

'என்ன ஆசைகள்?'

'ஒன்று நாடு பூரண சுதந்தரம் பெறவேண்டும். இன்னொன்று. தமிழ்... தமிழர் - இரண்டும் உயரவேண்டும்.'

'ஸ்காட்லாண்ட் யார்டு கண்ணிலேயே விரலைவிட்டு ஆட்டிய வீரர் நீங்கள். இப்பொழுது உங்கள் வீரம் எங்கே போயிற்று?'

'நான் ரொம்பச் சாந்தமானவன். ஆனால் என் நாட்டுக்கோ, தமிழுக்கோ தீங்கிழைக்கப்படுமானால் கொதித்தெழுந்துவிடுவேன்.'

'அந்தக் கோபம் இப்பொழுது எங்கே போயிற்று?'

'முன்பு ஆங்கிலேயரிடம் கோபப்பட்டேன். அவன் அந்நியன். ஆனால், இப்பொழுது எனக்கு எதிராக எழுந்திருப்பவர்கள் தமிழர்கள். தமிழர்களிடம் என்னால் கோபம் கொள்ள முடியாது. நடப்பது நடக்கட்டும்.

'விட்டுவிடுங்கள். பராசக்தி காப்பாள்.'

'சரி அது போகட்டும். உங்கள் வாழ்க்கை வரலாற்றை முழுமையாகத் தெரிந்துகொள்ள ஆசை.'

'அவசியம் என்று எனக்குப் படவில்லை. அதுமட்டுமல்ல, என் வாழ்க்கையில் பலர் சம்பந்தப்பட்டிருக்கிறார்கள். இந்த அரசாங்கமும் சம்பந்தப்பட்டிருக்கிறது. நான் எல்லாவற்றையும் சொல்லி அது வெளிவருமானால் இன்று உயிரோடிருக்கும் பலருக்கு அது ஆபத்தை விளைவிக்கும். சரி, சமயம் வாய்க்கும்போது அப்பப்போ சொல்லுகிறேன். வாருங்கள் பஜனைக்குப் போகலாம்' என்றார் ஐயர்.

★

தமிழ்நாட்டில் திருச்சி அருகே உள்ள இயற்கையெழில் கொஞ்சும் சிறுகிராமம் வரகனேரி. காவிரி பாயும் வளமான பூமி. வரகனேரி வேங்கடேச ஐயர் என்னும் பெரியவர், கல்லூரியில் பயின்று கல்வித் துறையில் பணிசெய்து வந்தார். நல்ல இலக்கியப் புலமையும் ஆங்கில மொழியாற்றலும் கொண்டவர். அவருடைய மனைவியின் பெயர் காமாட்சியம்மாள். இத்தம்பதிகளுக்கு *1881*-ம் ஆண்டு ஏப்ரல் மாதம் 2-ம் நாள் பிறந்தவர்தாம் வ.வே.சு. ஐயர். கார்த்திகை நட்சத்திரத்தன்று பிறந்ததால் அவருக்குச் சுப்பிரமணியன் என்று பெயர் சூட்டினர்.

அந்தக் காலத்தில் அரசு உத்தியோகம் வகிப்பது மதிப்பு வாய்ந்ததாகக் கருதப்பட்டது. தன் பையன் எப்படியாவது ஓர் அரசு உத்தியோகத்தில் அமர்ந்துவிட்டால் போதும் என்பதில் குறியாக இருந்தனர் பெற்றோர். அரசு உத்தியோகத்துக்கு ஆங்கிலமே தேவையாக இருந்தது. தமிழ் கற்பது இரண்டாந்தரமாகக் கருதப்பட்டது. சுப்பிரமணியனுக்கு ஆங்கிலம் கற்றுக்கொடுப்பதற்காக, ஓர் ஆங்கில ஆசிரியரை வீட்டுக்கே வரவழைத் தார் வேங்கடேச ஐயர்.

ஓரளவு ஆங்கிலப் புலமை பெற்ற பிறகு, திருச்சியில் அமெரிக்கன் மிஷன் பள்ளியில் சேர்த்துவிட்டார்கள். மிகவும் புத்திக் கூர்மையுள்ள சுப்பிரமணியன், ஆங்கில இலக்கியங்களில் அதிக ஆர்வம் காட்டினான். மிகக் குறுகிய காலத்திலேயே மில்டன், ஷேக்ஸ்பியர், கோத்தே போன்றவர்களின் காவியங்கள், நாடகங்கள். கவிதைகள் ஆகியவற்றை விரும்பிப் படித்தான். பள்ளியிலிருந்து வீட்டுக்கு வந்ததும் மகன் பேசுகிற ஆங்கிலத்தைக் கேட்டு வியப்படைவார் வேங்கடேச ஐயர்.

அந்தக் காலத்தில் தொழிற்கல்வி அதிகம் கற்றுக்கொடுக்கப்பட வில்லை. எழுத்தர்களாகப் பணியாற்றுவதற்கு வேண்டிய கல்வியே கற்றுத்தரப்பட்டது. அந்தக்காலத்தில் இந்தியாவிலும் இலண்டனிலும் ஒரே அரசுதான். ஆனால், கல்வி கற்றுத்தரும் முறையும் வசதிகளும் வெவ்வேறாக இருந்தன.

இங்கிலாந்தில் ஏழை மக்களுக்குத் தொழிற்கல்வி உள்பட இலவசக் கல்வியே வழங்கப்பட்டது. ஆனால் நமது இந்தியாவில், ஆங்கிலேய அதிகாரிகளுக்குக் குமாஸ்தாவாக வேலை பார்ப்பதற் கான எழுத்தராக வேலை பார்க்க என்ன படிப்பு உண்டோ அது மட்டுமே வழங்கப்பட்டது. ஆகையால், சிறுவயது முதற்கொண்டு இந்தியச் சிறுவர்கள் 'அ' என்பதற்கு முன்னால் 'எ'(A) என்று சொல்லக் கற்றுக் கொடுக்கப்பட்டது.

ஆனால் வ.வே.சு. ஐயருக்கு இலக்கியத்தில் தணியா மோகம் இருந்த தனால், உயர்தரப் பாண்டித்துவம் என்னும் நிலையில் ஆங்கிலமும்

இலத்தீனும் பிரெஞ்சும் பயின்றார். தமிழ் மொழியில் சிறந்த புலமை பெற்றார். அவர் பயின்ற மொழிகளிலெல்லாம் பேசவும் படிக்கவும் எழுதவும் திறமை பெற்றார்.

பள்ளிப் படிப்பில் மாகாணத்திலேயே ஐந்தாவது மாணவனாகத் தேர்வு பெற்றார். அரசுப் பணியில் சேர்வதற்கு அந்தப் படிப்பே போதும். ஆனால் அவரது தந்தை, அவரைப் பட்டதாரியாக்கிப் பார்க்கவேண்டும் என்று விரும்பினார். படித்துக்கொண்டிருக்கும் காலத்திலேயே அவரது 15-வது வயதில் அவருக்குப் பாக்கியலக்ஷ்மி என்ற பெண்ணோடு திருமணம் நடந்தது.

இப்பொழுது பி யூ சி இருப்பதுபோல, அந்தக்காலத்தில் எஃப்.ஏ. என்ற படிப்பை முடித்துப் பட்டப்படிப்புக்குச் செல்லவேண்டும். வ.வே.சு., எஃப்.ஏ. படிப்பில் சேர்ந்து முதல் தரத்தில் தேர்ச்சி பெற்றார். பின்னர், பி.ஏ., படிப்பிலும் தேறினார்.

அவரது இலக்கியப் புலமையையும் ஆங்கில மொழி ஆற்றலையும் கண்டு வெள்ளைக்காரப் பேராசிரியர்களே வியந்தனர். இலக்கிய மேற் படிப்புப் படிக்க அவரை ஊக்குவித்தனர். ஆனால் தந்தையின் விருப்பத்துக்கேற்ப சென்னை சட்டக்கல்லூரியில் சேர்ந்தார். சட்டப் படிப்பு அவருக்கு மிகவும் பிடித்திருந்தது. இந்தியச் சட்டங்கள் இந்தியர் களை அடிமைகளாக வைத்திருக்க எப்படித் துணைபுரிகின்றன என்பது புரியத் தொடங்கியது. சட்டப்படிப்பிலும் சிறந்த தேர்வு பெற்றார்.

திருச்சி வழக்கு மன்றத்தில் முதல் பிரிவு வழக்கறிஞராகப் பதிவு செய்து கொண்டார். வழக்கறிஞர் தொழிலில் வெற்றி பெற வேண்டுமென்றால் சட்ட அறிவு மட்டும் போதாது. வழக்குரைக்கும் திறமை மட்டும் போதாது. கூண்டில் நிற்பவரைத் திணறடிக்கத் தெரிந்தால் மட்டும் போதாது. பொய் பேசத் தெரிந்திருக்க வேண்டும். அதையும் உண்மை போலப் பேசத் தெரிந்திருக்கவேண்டும். அதுதான் மிகப்பெரிய தகுதி. ஆனால் வ.வே.சு. ஐயருக்கு எல்லாத் திறமைகள் இருந்தும் பொய் பேசும் திறமை இல்லை. தன் மனத்துக்குச் சரியென்று பட்ட வழக்கு களில் மட்டுமே வாதாடினார். வெல்ல முடியாத வழக்குகளையும் வெல்லுகிறார் என்ற பெயர் வந்தால்தானே கட்சிக்காரர்கள் அதிகம் வருவார்கள்! வ.வே.சு. ஐயர் நல்ல வக்கீல் என்று புகழ் பெற்றார். நான்கு ஆண்டுகள் வக்கீலாகப் பணியாற்றியும் காசு பணம் சேர்க்க வில்லை.

இந்திய அரசு, வழக்குரைஞர்களிடையேயும் பாகுபாடு காட்டியது. இந்திய சட்டக் கல்லூரிகளில் படித்துப் பட்டம் பெற்றவர்கள், உயர் நீதிமன்றங்களில் வாதாட இயலாது. கீழ் நீதிமன்றங்களில் மட்டுமே

வாதாட முடியும். உயர்நீதிமன்றங்களில் வாதாட வேண்டுமென்றால், இலண்டன் சென்று பார் அட் லா பட்டம் பெறவேண்டும். இலண்டன் சென்று படித்துவரவேண்டுமென்றால் நிறையச் செலவாகும். எனவே, பணக்காரர்களோ ஜமீன்தார்களின் ஆதரவு பெற்றவர்களோ அல்லது சில நிறுவனங்களால் அனுப்பப்பட்டவர்களோதான் பாரிஸ்டர் ஆக முடியும்.

வழக்குகள் அதிகம் இல்லாத நிலை. படிப்பதற்கு அதிக நேரம் கிடைத்தது. நிறையப் புத்தகங்களைப் படித்தார். படித்தவற்றைச் சிந்தித்து எழுதிப்பார்த்தார். ஆங்கிலத்திலும் தமிழிலும் மிகவும் நேர்த்தியாக எழுதும் ஆற்றல் பெற்றார். வடமொழிப்புலமை இருந்த தால் அவருடைய எழுத்திலும் பேச்சிலும் வடமொழிச் சொற்கள் அதிகம் கலந்திருந்தன. எங்கு சென்றாலும் கம்பராமாயணப் புத்தகத்தை எடுத்துச் சென்றார். திருக்குறளை வெளிநாட்டினருக்குப் புரியும் வகையில் அவர்களுக்கு எடுத்துச் சொல்ல விரும்பினார்.

இந்த நிலையில் அவர் வாழ்வில் ஒரு திருப்பம் ஏற்பட்டது. அவருடைய மனைவியின் பெரியப்பா மகன் பசுபதி என்பவர், இரங்கூனில் இருந்து திருச்சிக்கு வந்தார். பெரிய பணக்காரர். மற்றவர்களுக்கு உதவவேண்டும் என்ற தர்மசிந்தை கொண்டவர்.

வக்கீல் தொழிலில் ஐயரின் சம்பாத்தியம் போதாது என்று அறிந்தார். மைத்துனரிடம் பேசிப் பழகியதில் அவருடைய மொழியறிவுத் திறமையைக் கண்டுகொண்டார். அவரையும் தங்கையையும் தன்னுடன் பர்மாவுக்கு அழைத்துச் செல்ல விரும்பினார்.

வெளிநாட்டுக்குச் சென்றால் தன் பையன் கெட்டுவிடுவானோ என்று வ.வே.சு. ஐயரின் பெற்றோர் நினைத்தனர். அந்தக் கிராமத்து வாழ்க்கையைவிட்டுத் தங்களால் வரமுடியாதென்றும், மகனைவிட்டுப் பிரிந்திருக்க இயலாதென்றும் பெற்றோர் கூறினர்.

பாக்கியலக்ஷ்மிக்கோ அண்ணனுடன் பர்மா செல்ல ஆசை. ஆனால், மாமனார் பேச்சைத் தட்ட முடியாது. எனவே, கணவரிடம் தனது கருத்தை வெளிப்படுத்தினார். பிரபல பாரிஸ்டர் ஒருவரிடம் பயிற்சி பெற்றுத் தனது வாதத் திறமையையும் சட்ட நுணுக்கத்தையும் வளர்த்துக்கொண்டால் பிறகு திருச்சிக்கே வந்து சிறப்பாகத் தொழில் புரியலாம் என்று ஐயரும் நினைத்தார். பயிற்சி பெற்று மீண்டும் திருச்சி வந்துவிடுவதாகவும், நடுவில் இரண்டாண்டுகள் மட்டுமே பிரிவு என்பதையும் தந்தையிடம் விளக்கினார்.

'பர்மா வெளிதேசம் இல்லை. அதுவும் ஆங்கில ஆட்சியில்தான் இருக்கிறது. எந்தக் காரணம் கொண்டும் பண்பாடு பிறழாமல்

பாதுகாத்துக் கொள்கிறேன்' என்று வாக்குறுதி அளித்துத் தாயைச் சமாதானப்படுத்தினார்.

1907-ம் ஆண்டு ஏப்ரல் மாதம் வ.வே.சு. ஐயர், பாக்கியலக்ஷ்மி, கைக்குழந்தை பட்டம்மாள் ஆகிய மூவரையும் அழைத்துக்கொண்டு, பசுபதி ரங்கூன் போய்ச் சேர்ந்தார். இந்தியா பர்மா இரண்டும் ஒரே சாம்ராஜ்ஜியத்தில் இருந்ததால், அங்கு செல்ல எந்தப் பிரச்னையும் இல்லை. இரங்கூனில் தமிழ் நாட்டைச் சேர்ந்த பலர் செல்வாக்கோடு வாழ்ந்துவந்தனர். குறிப்பாக நகரத்தார் பலர் அங்கே வணிகம் செய்து வந்தனர். எனவே, ஐயருக்கு அது வேற்றூர் மாதிரித் தெரியவில்லை.

இரங்கூனுக்குச் சென்ற சில நாள்களில் பசுபதி, ஐயரைத் தனக்கு அறிமுகமான பாரிஸ்டர் ஒருவரிடம் அழைத்துச் சென்றார். ஐயரின் அறிவாற்றல் பாரிஸ்டரை வெகுவாகக் கவர்ந்தது. தனக்குச் சிறந்த உதவியாளர் கிடைத்தார் என மகிழ்ந்து, அவரை உடனே தனது அலுவலகத்தில் சேர்ந்துவிடும்படி கூறினார்.

இரங்கூன் உயர்நீதிமன்றம் சென்று பாரிஸ்டருக்கு உதவியாகப் பணிபுரிந்தார். சிக்கலான வழக்குகளில் சட்ட நுணுக்கங்களைத் தேடிப் பிடித்து எடுத்துக்கொடுத்து உதவினார். அவரது மொழியார்வத்தால் உருதுமொழியும் கற்றுக் கொண்டார். தனது சட்ட ஞானத்தை அபிவிருத்தி செய்துகொண்டாரே தவிர, அங்கும் தொழிலில் பூரண திருப்தி கிடைக்கவில்லை. தனது உதவியாளரின் திறமையை நன்கு உணர்ந்த பாரிஸ்டர், ஐயரை லண்டனுக்கு அனுப்பி பார் அட் லா படிக்கவைக்கும்படி பசுபதியிடம் சொன்னார்.

பசுபதி ரங்கூனிலும், வேறு பல ஊர்களிலும் உண்டியல் கடை வைத்துச் சம்பாதிப்பவராகையால் இலண்டனிலும் அப்படி ஒரு கடை திறக்கலாம் என எண்ணினார். ஐயர், கடைப்பொறுப்பைக் கவனித்துக் கொண்டே பார் அட் லாவும் அவர் படிக்கலாம் எனத் திட்டமிட்டார். அதற்கு வேண்டிய முன்னேற்பாடுகளைச் செய்தார். ஐயரும் அதற்கு உடன்பட்டார். இளம் மனைவியையும் குழந்தையையும் விட்டுப்பிரிவதுதான் வருத்தமாக இருந்தது.

ஆனால் பாக்கியலக்ஷ்மி மிகவும் தைரியமாக இருந்தாள். எல்லோருடைய ஆதரவும் இருந்ததால் வ.வே.சு. ஐயர் 28.10.1907 அன்று - இரங்கூன் வந்த ஆறுமாதத்துக்குள் - இலண்டனுக்குப் பயணமானார். தந்தையை இனிமேல் தான் பார்க்கப்போவதில்லை என்பதை அறியாத குழந்தை பட்டம்மாள் கையசைத்து 'டா டா' காட்டினாள்.

★

இந்தியாவிலிருந்து வேறொரு நாட்டுக்குச் செல்கிறோம் என்பதில் ஆர்வமும், ஆனால் அதேசமயம் புதிய இடத்தில் எப்படிச் சமாளிக்கப் போகிறோம் என்ற அச்சமும் ஐயரை ஆட்கொண்டன. கப்பலிலும் தனது நித்யானுஷ்டானங்களை விடாமல் செய்துவந்தார்.

அப்பொழுதெல்லாம் கப்பல், ஏடன் துறைமுகத்துக்குச் சென்று விட்டுத்தான் பயணத்தைத் தொடரும். தெற்கு ஏமன் நாடு அப்பொழுது ஆங்கிலேயரின் ஆளுகையின்கீழ் இருந்தது. ஏடனில் ஒரு சீக்கியரும், ஆரிய சமாஜத்தைச் சேர்ந்த ஒருவரும் இலண்டன் செல்வதற்காக ஏறினர். இருவரும் ஐயரின் நண்பர்களாயினர்.

காலையில் எழுந்து குளித்துவிட்டுச் சூரிய நமஸ்காரம் செய்தார். சந்தி ஜபம் விடாது செய்தார். சீக்கியர் தமது மதக்கிரந்தங்களை உருக்கமுடன் ஓதினார். ஆரிய சமாஜத்தைச் சேர்ந்த அன்பர் வேதகோஷம் முழங்கி னார். கப்பலில் உடன் பயணம் செய்த ஐரோப்பியர்கள், அவர்களை விசித்திரமாகப் பார்த்தனர். சீக்கிய மதக் குரு குருகோவிந்த் சிங் வரலாற்றை விவரமாக அறிந்துகொண்டார். அவர்களின் மதாச்சாரங் களையும் நன்கு தெரிந்துகொண்டார். குரு கோவிந்த் சிங்கின் வரலாறு அவர் மனத்தில் ஏற்கெனவே அடங்கிக் கிடந்த பொறியைச் சற்றே உசுப்பிவிட்டது.

மாலைப்போதில் ஐரோப்பியர் நடனமாடிக் களித்தனர். நடனமாடினால் தான் ஒரு கனவான் என்பது அவர்களது அபிப்பிராயம். அந்த நடனமும் ஐயரை ஈர்த்தது. இலண்டனில் இருக்கும்போது நடனம் கற்றுக் கொள்ளவேண்டும் என எண்ணினார்.

கான்ஸ்டாண்டிநோபிளில் கப்பல் நின்றது. அங்கே இஸ்லாமியர் ஒருவர் பயணத்தில் சேர்ந்துகொண்டார். அவர் ஐந்து முறை தொழுதார். அந்த இஸ்லாமிய நண்பருடன் தனக்குத் தெரிந்த உருதுவில் பேசி அவர் களுடைய பழக்கவழக்கங்களைத் தெரிந்துகொண்டார். எதைப் பார்த்தாலும் அதை உன்னிப்பாகக் கவனித்து அதைப்பற்றிய முழு விவரங்களையும் மனத்தில் பதிய வைத்துக்கொண்டார்.

பல நாள்கள் பயணத்துக்குப் பிறகு கப்பல் இலண்டன் துறைமுகத்தை அடைந்தது. பாரிஸ்டர் ஆகவேண்டும், சிறந்த வக்கீலாகத் திகழ வேண்டும். பணம் சம்பாதித்துக் குடும்பத்தை நல்லபடி காப்பாற்ற வேண்டும். பெற்றோரோடு சேர்ந்து வாழவேண்டும். இலக்கியம் கற்க வேண்டும். தமிழ் நூற்கள் இயற்றவேண்டும். இந்த எண்ணங்கள்தாம் அவருக்குள் தலைதூக்கியிருந்தது. ஆங்கிலேயரைப்போல உடை யணிந்து கொண்டு நடனமும் கற்றுக்கொண்டு கனவான்களைப்போல உலா வரவேண்டும் என நினைத்தார்.

அத்தியாயம் 2

'ஐயா, உங்களைப் பார்க்க ஒரு கனவான் வந்திருக்கிறார்' என்றாள் பணிப்பெண்.

'யார்?' எனக்கேட்டார் வீர சாவர்க்கர்.

'இதோ அவரது விசிட்டிங் கார்ட்.'

'ஓ, இந்தியர்தான். வரச்சொல்.'

'குட் மார்னிங்' என்று சொல்லிக்கொண்டே உள்ளே நுழைந்தார் ஐயர். பிறகு கைகுலுக்குவதற்காகத் தன் கரங்களை நீட்டி, 'ஐ ஏம் வி.வி.எஸ். ஐயர்' என்றார்.

'ஐ ஏம் சாவர்க்கர்' என்று சொல்லிக்கொண்டே எழுந்து நின்று ஐயரின் கையைக் குலுக்கினார் சாவர்க்கர்.

'உங்கள் உடையைப் பார்த்தால் வெள்ளைக்காரக் கனவான் மாதிரியே இருக்கிறீர்கள். நீங்கள் லண்டனுக்கு எதற்காக வந்திருக்கிறீர்கள்?' என்று கேட்டார் சாவர்க்கர்.

'இங்கே லிங்கனில் பார் அட் லா படிக்கச் சேர்ந்திருக்கிறேன். நீங்களும் அங்கே படிப்பதாகக் கேள்விப்பட்டேன். அதுதான் பார்த்துவிட்டுப் போகலாமென்று வந்தேன்' என்றார் ஐயர்.

'வேறு என்ன கேள்விப்பட்டீர்கள்?'

‘இங்கே இந்தியா ஹவுஸில் பல இந்தியர்களைச் சந்திக்கலாம் என்று சொன்னார்கள்.’

‘அப்படியா, படிப்பதைத் தவிர வேறு என்ன செய்வதாக உத்தேசம்?’

‘வெஸ்டர்ன் மியூசிக் கற்றுக்கொள்ளலாம் என்று ஆசை.’

‘இந்திய இசை தெரியுமா?’

‘கொஞ்சம் தெரியும்.’

‘பிறகு?’

‘ஆங்கில நடனம் கற்றுக் கொள்ளலாமென்றிருக்கிறேன்.’

‘ஏன்?’

‘கல்லூரி விழாக்களிலும் விருந்துகளிலும் மாணவர்கள் நடனமாட வேண்டுமாமே!’

‘ஆமாம், ஆனால் உங்களுக்கு உங்கள் நாட்டைப் பற்றிக் கொஞ்சமும் அக்கறையில்லையா? நம்மை அடிமைப்படுத்தி நமது கலாசாரத்தைக் குலைத்து நம்மைச் சுரண்டிக் கொண்டிருப்பவர்களுடனா நடனம் ஆட விரும்புகிறீர்கள்?’ என்று ஆக்ரோஷமாகக் கேட்டார் வீர சாவர்க்கர்.

‘இங்கே படிக்கத்தானே வந்திருக்கிறேன்.’

‘நீங்கள் உங்கள் படிப்பை மட்டும்தானே பார்க்கிறீர்கள்!. வங்காளத்தைத் துண்டாக்கினானே அந்தப் பாவி கர்சான், நமது மக்களைப் பந்திக்கானா வில் தள்ளிக் கொடுமைப்படுத்துகிறார்களே பிரிட்டிஷ்காரர்கள், இதைப்பற்றியெல்லாம் கொஞ்சமாவது சிந்தித்தீர்களா?’

‘நான் அதைப் பற்றிச் சிந்திக்கவில்லை.’

‘சிந்தித்துப் பாருங்கள். போய்வாருங்கள்’ என்றார் வீர சாவர்க்கர்.

‘சரி, நாம் மீண்டும் சந்திப்போம்’ என்று சொல்லிவிட்டு வெளியேறினார் ஐயர்.

முதலில் சாவர்க்கரின் ஆக்ரோஷமான பேச்சு ஐயருக்குப் பிடிக்க வில்லை. சாவர்க்கருடன் ஏற்பட்ட அந்தச் சந்திப்பு வ.வே.சு. ஐயரைத் தீவிர இந்துவாகவும் தேசபக்தராகவும் மாற்றியது.

வ.வே.சு.ஐயர், இலண்டன் வருவதற்கு முன்னரே அங்கே இந்திய நாடு தொடர்பாகச் சில அமைப்புகள் செயல்பட்டுக்கொண்டிருந்தன. அவற்றைப் பற்றி ஓரளவு தெரிந்து கொண்டால்தான் வ.வே.சு. ஐயரின் செயல்பாடுகளை அறிந்து கொள்ள முடியும்.

லண்டன் இந்தியா சொஸைட்டி

முறையான ஓர் அமைப்பை முதன்முதல் தொடங்கியவர் தாதாபாய் நௌரோஜி.

'பிரிட்டிஷ் அரசின் கீழ் நாம் துயருறவில்லை. வேறு எந்த அரசிலும் இயலாத அளவுக்கு மகிழ்ச்சியாக இருக்கிறோம். நாம் அரசின் குறைகளாகக் கொள்ளும் சில விஷயங்களுக்கு மூல காரணம் இங்கிலாந்திலிருந்து இந்தியாவுக்கு ஆள வரும் ஆங்கில அதிகாரிகளின் அறியாமையே ஆகும்' என்றார் தாதாபாய் நௌரோஜி.

எனவே, அந்த அறியாமையைப் போக்குவதற்காக, லண்டன் இந்தியா சொஸைட்டி என்ற ஓர் அமைப்பைத் தொடங்கி அதன் தலைவராக நடத்திவந்தார். 'இந்தியாவில் நடக்கும் நிகழ்ச்சிகளைப் பற்றிய செய்திகளை இங்கிலாந்தில் உள்ள மக்களுக்கு எடுத்துச் சொல்ல வேண்டும். ஆங்கில அரசு எதிர்பார்க்கிற மாதிரி இந்தியாவை ஆள்பவர்கள் நடந்துகொள்ளவில்லை என்பதை அவர்களுக்குத் தெளிவாக எடுத்துரைத்தாலே போதும். நிலைமைச் சீரடைந்துவிடும். அதற்கு ஒரே வழி பிரிட்டிஷ் பார்லிமெண்ட்டின் உறுப்பினராகி நமது குரலை எழுப்புவதுதான்.'

பார்லிமெண்ட் உறுப்பினராவதற்குத் தேர்தலில் நின்று முதலில் தோற்றார். பிறகு பார்லிமெண்ட் உறுப்பினரானார்.

ஆங்கில அரசை ஆதரித்த அவரே ஒரு காலகட்டத்தில் அவர்களின் அலட்சியப்போக்கைச் சகிக்க மாட்டாமல் பிரிட்டிஷ் பார்லிமெண்ட்டில் ஒரு முறை வீராவேசத்துடன் முழங்கினார்.

'மிகவும் பிடிவாதமாகவும் அலட்சியமாகவும் இருந்து பெரிய கலவரத்துக்கு வித்திடாதீர்கள். இப்படிப்பட்ட அலட்சிய, வன்முறைப் போக்கினால் ஒரு மாபெரும் புரட்சியை 1857-ல் அரசு சந்திக்கவேண்டியிருந்தது என்பதை மறந்திருக்க மாட்டீர்கள் என நினைக்கிறேன்.'

இதையே பார்லிமெண்ட்டுக்கு வெளியே பேசியிருந்தால் அவரைக் கைது செய்து உள்ளே தள்ளியிருப்பார்கள். உடல்நிலை பாதிப்பால் அவர் 1907-ம் ஆண்டு இந்தியா திரும்பினார்.

பிரிட்டிஷ் கமிட்டி ஆஃப் தி இண்டியன் நேஷனல் காங்கிரஸ்

காங்கிரஸின் கொள்கைகளையும் இந்திய நிலைமையையும், காங்கிரஸின் இராஜ விசுவாசத்தையும் எடுத்துக்காட்டவும் இந்தக் கமிட்டி அமைக்கப்பட்டது. இதன் சார்பாக 'இந்தியா' என்ற பத்திரிகையும் நடத்தப்பட்டது. இந்தியாவில் பெரு/மளவு பணம்

திரட்டப்பட்டு இந்தக் கமிட்டி உருவாக்கப்பட்டது. இது அதிகார பூர்வ லண்டன் கமிட்டியாகக் கருதப்பட்டாலும் அதற்கு உரிய கௌரவம் அரசால் கொடுக்கப்படவில்லை.

'ஜஸ்டிஸ்'

ஆங்கில அரசைத் தொடர்ந்து எதிர்த்து வந்தவர் மிஸ்டர் ஹைண்ட்மேன். 'ஜஸ்டிஸ்' என்ற பத்திரிகையை நடத்தி வந்தார். பிரிட்டிஷ் அரசை எதிர்த்து அவர் சோஷியல் டெமாக்ரட்டிக் என்ற கட்சியைத் தொடங்கினார். இலண்டனில் இருந்த காங்கிரஸ் தலைவர்கள் மிஸ்டர் ஹைண்ட்மேனோடு நட்பாக இருந்து வந்தனர். ஹைண்ட்மேனின் விமரிசனங்கள் பிரிட்டிஷ் அரசைச் சற்றுக் கடுமையாகச் சாடின. இதனால் ஹைண்ட்மேனின் நண்பர்கள் விலகத் தொடங்கினார்கள். இப்படி நட்புக்கொண்டும் விலகியும் நடந்த கண்ணாம்பூச்சி ஆட்டம், அடிக்கடி நிகழ்ந்தது.

இச்சமயத்தில்தான், சியாமாஜி கிருஷ்ண வர்மாவால் இந்தியன் சோஷியாலஜிஸ்ட் என்ற பத்திரிகை தொடங்கப்பட்டது.

இந்தியன் ஹோம் ரூல் சொஸைடி

சியாமாஜி கிருஷ்ண வர்மா, குஜராத்தில் பிறந்தவர். ஆஜ்மீரில் பாரிஸ்டராகப் பணிபுரிந்தார். இந்திய சமஸ்தானங்கள் ஒரு சிலவற்றில் திவானாகப் பணிபுரிந்தவர். ஆக்ஸ்ஃபோர்டில் அவருடன் பயின்ற ஒரு வெள்ளையனின் சூழ்ச்சியால், அவர் திவான் பதவியிலிருந்து விலக நேர்ந்தது. சியாமாஜி லண்டனுக்குக் குடிபெயர்ந்தார். பிரிட்டிஷ் அரசிடமிருந்து இந்தியாவை விடுவிக்க வேண்டும் என்ற வேட்கை நாளுக்கு நாள் அதிகமாகிக் கொண்டே போனது.

தானே ஒரு பத்திரிகை தொடங்குவதுதான் சிறந்தது என்று நினைத்தார். இந்தியன் சோஷியாலஜிஸ்ட் என்ற பத்திரிகையை 1905-ம் ஆண்டு ஜனவரி மாதம் முதல் தேதி தொடங்கினார்.

'இதுவரை இங்குள்ள பிரிட்டிஷ் மக்களிடம் இந்தியர்கள் படும் தொல்லைகளையும் அவதிகளையும், அவர்களின் கோரிக்கைகளையும் தேவைகளையும் எந்த அமைப்பும் சரிவர எடுத்துச் சொல்லவில்லை. அந்தப் பணியை இந்தியன் சோஷியாலஜிஸ்ட் செய்யும்' என்றார்.

எதற்கெடுத்தாலும் 'இங்கிலாந்துப் பேரரசுக்கு விசுவாசமுள்ள' என்ற போர்வையைப் போர்த்திக்கொண்டு பேசுவது சியாமாஜிக்குப் பிடிக்கவில்லை. எனவே 'இந்தியன் ஹோம் ரூல் சொஸைடி' என்றோர் அமைப்பைத் தொடங்கினார். ஹோம் ரூல் என்ற தொடரைச் சொல்லவே நடுங்கிக்கொண்டிருந்த காலம் அது. ஐரிஷ் ஹோம்ரூல்

இயக்கம், இங்கிலாந்தை அதிரச் செய்த நினைவுகளை அப்பெயர் எழுப்பியது. எனவே, சியாமாஜியின் அமைப்பில் சேரப் பலர் தயங்கினார்கள்.

பல்வேறு இந்திய அமைப்புகள் லண்டனில் இயங்கிக்கொண்டிருந்த சூழலில்தான், வீர சாவர்க்கர் லண்டன் வந்தார்.

அபிநவ பாரத்

வீர சாவர்க்கர் சரித்திர ஆராய்ச்சியாளராக இருந்த காரணத்தால், பல்வேறு நாடுகளின் சுதந்தரப் போராட்டங்களையும் அவற்றை நடத்திய வீரர்களையும் பற்றித் தெரிந்து வைத்திருந்தார். அவருக்கு மிகவும் பிடித்த விடுதலைப் போராட்ட வீரர் மாஜினி. மாஜினியின் வீராவேசப்பேச்சு சாவர்க்கருக்கு வழிகாட்டியது. மாஜினியின் வழியில் சாவர்க்கர் லண்டனில் 'அபிநவ பாரத்' சங்கத்தைத் தொடங்கினார்.

மாஜினியின் வாழ்க்கை வரலாற்றை எழுதி வெளியிட சாவர்க்கர் நினைத்தார். இந்தியா ஹவுஸ் நூலகத்தில் மாஜினியின் வாழ்க்கை வரலாறு ஆறு தொகுதிகளும் கிடைத்தன. எனவே, 75 நாள்களில் தொடர்ந்து அப்பணியில் ஈடுபட்டு எழுதி முடித்தார்.

இந்த நிலையில்தான், வ.வே.சு. ஐயர் சாவர்க்கரைச் சந்தித்தார்.

சாவர்க்கருடன் பழகினால் எங்கே தனது படிப்புப் பாதிக்கப்படுமோ என்று முதலில் ஐயர் தயங்கியதுண்டு. ஆனால் முதல் சந்திப்பின்போது, அவர் பேசிய பேச்சு அவரைக் கலவரப்படுத்தினாலும் அந்த ஒடிசலான மனிதரின் முகமும் அவருடைய அழுத்தமான கேள்விகளும் அவரது மனத்தில் திரும்பத் திரும்ப வந்தது. இதுவரை நாட்டைப் பற்றிச் சிந்திக்காமல் நம்மைப்பற்றியே சிந்தித்துக் கொண்டிருந்துவிட்டோமே என்ற குற்ற உணர்வு அவரை வருத்தியது. சாவர்க்கரின் உண்மையான தேசபக்தியால் அவரை மீண்டும் மீண்டும் பார்க்கவேண்டும் என்று தோன்றியது.

'லண்டன் வந்து இப்போது ஒன்பது மாத காலம் ஆகிறது. பாரிஸ்டர் பரீட்சைக்கு முதல் அங்கமான ரோமன் சட்டத்தில் நான் முதல்வனாகத் தேறிவிட்டேன். இனி மற்றப் பாடங்களிலும் சிறப்பாகத் தேறி விடுவேன். இதற்கு ஐயமில்லை. சென்ற மூன்று மாத காலமாக, நான் வினாயக சாவர்க்கார் என்ற ஒரு பெரியாருடன் நட்புக் கொண்டுள்ளேன். அவருடைய சிநேகிதத்தினால் என் மனம் மாறுபாடடைந்துள்ளது. நமது நாடு அடிமைப்பட்ட நாடு என்ற உணர்ச்சி, இங்கே வந்த பிறகுதான் எனக்கு நன்றாக விளங்கியது. நம் நாட்டின் தேவை தற்போது பாரிஸ்டர்கள் அல்ல. எல்லாவற்றுக்கும் முன்பாக நாடு சுதந்தரமடையச் செய்யவேண்டிய முயற்சிதான் சுதந்தர

உணர்ச்சியுள்ள ஒவ்வொரு இந்தியனும் செய்ய வேண்டிய வேலை. அதை இந்த நாட்டிலிருந்தே இப்பொழுது செய்யவேண்டுமெனத் தீர்மானித்திருக்கிறேன். அதற்காகச் சாவர்க்கார் தங்கியிருக்கும் இந்தியா விடுதிக்கு அவருடன் உழைக்கும் பொருட்டுச் செல்ல முடிவு செய்திருக்கிறேன்.' - தன்னுடைய நண்பர் டி.எஸ்.எஸ். ராஜனுக்கு இப்படி ஒரு கடிதம் எழுதினார் வ.வே.சு. ஐயர்.

வ.வே.சு. ஐயர் லண்டனுக்கு வந்த புதிதில் பாரிஸ்டர் வகுப்பு மாணவர்களோடு பல கேளிக்கை நிகழ்ச்சிகளில், மிகவும் மகிழ்ச்சி யோடு கலந்துகொண்டார். ஆனால் கட்டுப்பாடு மீறாமல் பார்த்துக்கொண்டார்.

தனது மைத்துனர் ஏற்படுத்திக்கொடுத்த உண்டியல் வியாபாரத்தை நடத்தினார். படிப்பையும் கவனித்துக்கொண்டு வியாபாரத்தையும் கவனிப்பது சிரமமாக இருந்தது. சட்டப் படிப்பு அவருக்கு அதிகம் சிரமம் தரவில்லை. சட்டத்தில் உள்ள பல சொற்றொடர்கள் இலத்தீன் வார்த்தைகள். ஐயருக்கு ஏற்கெனவே இலத்தீன் மொழி தெரியும். தெரிந்த மொழி, விரும்பிய துறை - சட்டம் மிக எளிதாகப் புரிந்தது. கூடவே இலக்கியப் புத்தகங்களும் படிக்க முடிந்தது.

ஐரோப்பியர் கலைகளில் ஐயருக்கு ஈடுபாடு உண்டு. அவர் தங்கியிருந்த இடத்தினருகே ஒரு சங்கீத வித்வான் இருந்தார். அவரிடம் இசை பயின்றார். நடனமும் பயின்றார். நடன நூல்களைப் படித்தார். ஆப்பராஸ் எனப்படும் நடன நிகழ்ச்சிகளுக்குச் செல்ல ஆரம்பித்தார்.

ஐயர் சுத்த சைவம். எனவே, மரக்கறி உணவு கிடைக்காமல் முதலில் அவதிப்பட்டார். முதலில் ஒரு ஹோட்டலில் சாப்பிட்டார். பிறகு பணம் கொடுத்துச் சாப்பிடும் விருந்தாளியாக ஒரு வீட்டில் தங்கி யிருந்தார். அங்கே கொடுக்கப்பட்ட சாப்பாடு ஐயரின் வயிற்றுக்குத் தீங்கு விளைவித்தது. தன்னுடன் பயின்ற மாணவர்களிடம் அவர்கள் எங்குச் சாப்பிடுகிறார்கள் என்று அவர் வினவியபோதுதான், சியாமாஜி கிருஷ்ண வர்மாவின் இந்தியா ஹவுஸைப்பற்றி அறிந்தார்.

'அபிநவ பாரத்' உறுப்பினராகி வ.வே.சு. ஐயர் வீர சாவர்க்கரின் வலக்கர மாகத் திகழ்ந்தார். இலண்டனுக்கு வரும் இந்திய இளைஞர்களுக்குத் தேசபக்தி ஊட்டுவதில் முனைந்து நின்றார். இந்தியா விடுதியில் தங்கி மிகச் சிக்கனமான வாழ்க்கை நடத்தினார். பாரதப் பண்பாட்டுக்கு ஏற்பத் தன்னை மாற்றிக்கொண்டார்.

இந்தியா ஹவுஸில் தங்க சில நிபந்தனைகள் உண்டு.

1. தினமும் ஏதாவது தேசப்பணி செய்தல்.

2. அன்றாடம் என்ன செய்தோம் என்பதை நாள்குறிப்பில் எழுதி வைத்தல்.
3. தேசபக்தியைத் தூண்டும் நூல்கள் எழுதுதல், பிரசாரம் செய்தல், சொற்பொழிவாற்றுதல்.
4. இந்தியா, புதுச்சேரி மற்றும் வெளிநாடுகளிலிருந்து வரும் பத்திரிகைகளில் தேசபக்திக் கட்டுரைகளை எழுதுதல்.
5. இந்திய இளைஞர்களுக்குத் தேசபக்தி ஊட்டுதல்.
6. சிக்கனமாக இருத்தல், அடிக்கடி உபவாசம் இருந்து அதில் மிச்சமாகும் பணத்தைத் தேச விடுதலைக் கைங்கரியத்துக்குப் பயன்படுத்துதல்.
7. எழுச்சிமிக்க தேசபக்தர்கள், தலைவர்கள் பிறந்தநாள், நினைவுநாள் கொண்டாடுதல்.
8. முக்கியமான தேசிய எழுச்சி நாள்கள், குறிப்பாக முதல் இந்தியச் சுதந்தரப் போர் நினைவு ஆகியவற்றைக் கொண்டாடுதல்
9. ஒவ்வொரு வாரமும் வாராந்திரக் கூட்டம் நடத்துதல். அதில் கலந்து கொள்ளுதல்.

வ.வே.சு. ஐயர், இத்தாலியப் போர் வீரர் கரிபால்டியின் வாழ்க்கை வரலாற்றை பாரதியின் இந்தியாப் பத்திரிகையில் தொடர்ந்து எழுதினார். அவற்றையெல்லாம் அறிந்த ஸ்காட்லாந்து யார்டு போலீஸ், இந்தியா ஹவுஸைத் தீவிரமாகக் கண்காணித்தது. இந்தியா ஹவுஸ் நிகழ்ச்சிகளை வேவு பார்க்கச் சில இந்தியப் பணியாளர்கள் நியமிக்கப் பட்டனர்.

இந்தியா ஹவுஸில் இருந்தவர்களும், 'இந்திய சோஷியாலஜிஸ்ட்' பத்திரிகையும் இராஜ துவேஷப் பிரசாரங்களை முடுக்கிவிடுவதாகக் குற்றம் சாட்டப்பட்டது. பிரிட்டிஷ் நாடாளுமன்றத்தில் இந்தியா ஹவுஸ் பற்றிக் கேள்வி கேட்கப்பட்டது.

தனி நபர் ஆயுதப் போராட்டத்தை ஆதரித்த ஐயருக்கு, ஆயுதங்கள் தேவைப்பட்டன. அதுமட்டுமல்ல. ஆயுதங்களைக் கையாளப் பயிற்சியும் தேவை. அந்தக் காலத்தில் துப்பாக்கி, ரிவால்வர் போன்ற வற்றை வாங்குவது சிரமமானதல்ல. பாரிஸில் கடைத்தெருவில் எந்தக் கட்டுப்பாடும் இல்லாமல் ரிவால்வர் வாங்க முடியும். இலண்டனில், அருகிலுள்ள தபாலாபீஸில் ஏழரை ஷில்லிங் பணம் கட்டினால் ரசீது கொடுப்பார்கள். கடைகளில் ரசீதைக் கொடுத்து ஆயுதம் வாங்கிக் கொள்ளலாம். எனவே, ஆயுதப் பயிற்சி பெற்ற வீரர்களை உருவாக்குவதைத் தனது இலட்சியமாகக் கொண்டார் ஐயர்.

ஆனால், ஆயுதப்பயற்சி பெறுதல் அவ்வளவு எளிதாக இல்லை.

அத்தியாயம் 3

'அந்நிய ஆட்சி ஒழியவேண்டும். நாடு விடுதலையடைய வேண்டும். அதற்கான எவ்வித முறைகளையும் கையாள வேண்டுமென்று ஓயாது பேசி வருகிறோம். இதனால் விடுதலை அடைந்துவிடுவோமா? சற்றுப்பேச்சை நிறுத்திச் செயலில் இறங்கினால் நலமாக இருக்கும். தங்கள் அபிப்பிராயம் என்ன?' என்று கேட்டார் டாக்டர் டி.எஸ்.எஸ். இராஜன். ஐயருடன் அப்பொழுது இந்தியாஹவுஸில் தங்கியிருந்தார்

'ஆம். நீ சொல்வது உண்மைதான். போர்புரியும் முறை ஆயுதப்பயிற்சி முதலியவை நம் நாட்டினருக்குப் புதிதல்ல. எனினும் தேசபக்தி, சமூகக் கட்டுப்பாடு முதலான உயிர்த் தத்துவங்களின் ஊற்று சில ஆண்டுகளாக வறண்டுபோய்விட்டது. இது நமது நாடு. இதை ஆக்கலும் அழித்தலும் நமது பொறுப்பு. சீரிய முறையில் போர்புரிந்து நாட்டைக் கைப்பற்றி, அதற்கான தியாகங்களைச் செய்து, நமது பெருமையை நிலைநாட்டக் கங்கணம் கட்டிக்கொண்டுள்ள வீரர்களை நாம் தயாரிக்கவேண்டும். அதற்காக முதன் முதலாக நாம் ஒவ்வொருவரும் சுதந்தர நாடாகிய இங்கிலாந்தில் இருக்கும் பொழுதே ஆயுதப் பயிற்சி பெறவேண்டும். இந்நாட்டு மக்களுக்கு ஆயுதங்கள் செய்யவும் ஆயுதம் தாங்கவும் பல இடங்களில் துப்பாக்கிச் சுடும் பயிற்சி பெறவும் ஏகப்பட்ட வழிகள் இருக்கின்றன. அவற்றில் ஏதாவது ஒன்றில் நாமும் சேர்ந்து பழகவேண்டும். ஆனால் அதில் ஒரு சங்கடம். கறுப்பர்களாகிய நம்மை அங்கே சேர்த்துக்கொள்ள மாட்டார்கள்' என்றார் வ.வே.சு. ஐயர்

‘முயற்சி செய்து பார்த்தீர்களா?’

‘பார்த்தோம், பார்த்தோம். நானும் சாவர்க்கரும் நமது விடுதிக்குச் சமீபத்தில் உள்ள பயிற்சி சாலையில் அங்கத்தினராகச் சேர விண்ணப்பம் செய்துகொண்டோம். எங்களை அனுமதிக்கவில்லை. அதன் பிறகு குறி வைத்துச் சுடும் பந்தயக் கூடங்களுக்குச் சென்று அதிக செலவில் சுடப்பழகிக் கொண்டோம்.’

‘உங்களுக்கு அனுமதி மறுத்த பயிற்சி சாலையில் நான் முயன்று பார்க்கட்டுமா?’

‘பேஷாகப் பாரேன். உனக்கு அனுமதி கிடைத்து நீ பயின்றால் நம்மவர்களை நீயே கற்றுக் கொடுக்கலாம்’ என்றார் ஐயர்

மறுநாள் இரவு. சாப்பாட்டு நேரம் ஐயர், சாவர்க்கர், இராஜன் ஆகியோர் சாப்பிட அமர்ந்தனர்

‘எனக்கு ஆயுதப்பயிற்சி சாலையில் இடம் கிடைத்துவிட்டது’ என்றார் இராஜன்

‘நீ பெரிய ஆளய்யா? டாக்டருக்குப் படிக்கிறாய் என்று கொடுத் தார்களோ என்னவோ?’ என்றார் ஐயர்

‘எப்படிக்கொடுத்தார்களோ தெரியாது. பார்த்தால் நல்ல பிள்ளையாய் இருக்கிறான் என்று கொடுத்திருக்கலாம்’ என்றார் இராஜன்.

‘எப்படியோ, எங்களுக்குக் கிடைக்காத அனுமதி உனக்குக் கிடைத்து விட்டது. எப்போது சேரப்போகிறாய்?’

‘ஏற்கெனவே சேர்ந்துவிட்டேன். இன்று மாலை ஒரு மணி நேரம் பயிற்சி கொடுத்தார்கள்.’

‘இந்த அதிர்ஷடம் தொடர்ந்து நீடிக்கிறதா பார்க்கலாம்’ என்றார் சாவர்க்கர்.

மூன்று நாள்கள் கழித்து இராஜனுக்கு ஒரு மணியார்டர் வந்தது. ஆயுதப் பயிற்சி சாலை, அவர் கட்டிய பணத்தை, அவருக்குப் பயிற்சி கொடுக்கச் செலவளித்த ரவைகளின் விலையைக் கழித்துக்கொண்டு அனுப்பி யிருந்தது. அவரைச் சேர்த்துக்கொள்ள இயலாதென்று கடிதமும் வந்தது.

ஆனாலும் இராஜன் முயற்சியைக் கைவிடவில்லை. இலண்டனில், ஏழைமக்களுக்குக் கைத்தொழில் பயிற்சி அளிப்பதற்காக ஒரு தொழிற் கூடம் இலண்டன் நகரசபையால் நடத்தப்பட்டது. அதில் மற்றக் கலைகளோடு துப்பாக்கிச் சுடும் பயிற்சியும் கற்றுக்கொடுக்கப்பட்டது. அதில் புகைப்படத்தொழில் கற்பதற்காக இராஜன் அங்கத்தினராகச்

சேர்ந்திருந்தார். அங்கே ஆயுதப்பயிற்சியிலும் சேர்ந்து கற்றுக் கொண்டார்.

ஐயர், சாவர்க்கர், இராஜன் ஆகிய மூவரும் துப்பாக்கிச் சுடும் பயிற்சி பெற்றார்கள்.

★

ஆங்கிலேயர் 1857-ல் நடந்த சிப்பாய்ப் புரட்சியைக் கலகம் என்று வர்ணித்தனர். முதல் சுதந்தரப்போரின் வரலாற்று ஆவணங்களைத் தேடி அலைந்து கிட்டத்தட்ட ஒன்றரை ஆண்டு காலம் இலண்டன் நூலகங்களில் ஆய்வு செய்தார் சாவர்க்கர். இதை அறிந்த இலண்டன் ஸ்காட்லாண்ட் யார்டு, இதில் தலையிட்டது. நூலகத்தில் ஆய்வு செய்ய அவருக்கு அனுமதி மறுக்கப்பட்டது. அந்த யுத்தத்தில் பங்குபெற்ற வர்களின் குடும்பங்களிலிருந்து ஆவணங்களைச் சேர்க்கலாமென்றால் ஆங்கிலேயரின் அடக்குமுறைக்குப் பயந்து கடிதங்களும் ஆவணங் களும் அழிக்கப்பட்டிருந்தன.

அவருக்கு அனுமதி மறுக்கப்பட்ட பொழுது சாவர்க்கர் பெரும்பகுதி ஆய்வை முடித்திருந்தார். மேற்கொண்டு தேவைப்பட்டதை ஐயர் குறிப்பெடுத்துக் கொணர்ந்து கொடுத்தார். சிப்பாய்ப் புரட்சி பற்றிய நூலை சாவர்க்கர் மராத்தியில் எழுதினார். அந்த நூல் வ.வே.சு. ஐயரின் மேற்பார்வையில் ஆங்கிலத்தில் மொழியாக்கம் செய்யப்பட்டது. அது கையெழுத்துப் பிரதி வடிவில் இருக்கும் போதே இந்தியா ஹவுஸில் நடந்த வாரந்திரக் கூட்டங்களில் வாசிக்கப்பட்டது. அப்பணியைப் பெரும்பாலும் வ.வே.சு. ஐயரே செய்தார். இந்தியா ஹவுஸில் நுழைந்திருந்த ஒற்றர்கள் மூலம் பிரிட்டிஷ் அரசுக்குத் தெரிந்து போனது. நூல் அச்சேறும் முன்பே தடை செய்யப்பட்டது.

அந்த நூலின் சில பகுதிகளை ஆங்கிலத்திலிருந்து மொழியாக்கம் செய்து, இந்தியா பத்திரிகையில் ஐயர் வெளியிட்டார். சிப்பாய்ப் போரை நடத்தின இந்திய வீரர்களுடைய கடிதங்கள், விளம்பரங்காள், உத்தரவுகள் முதலிய தஸ்தாவேஜுகளில் பெரும்பகுதி ஆங்கிலேய ராஜாங்கத்தின் கொடிய பழிக்குப் பயந்து அழிக்கப்பட்டிருந்தன அல்லது மறைக்கப்பட்டிருந்தன. ஆகவே இதுவரையில் இருதிறத் தாருடைய தனியான கதைகளை ஆராய்ந்து ஒத்துப் பார்த்துப் பொய்யைத் தள்ளி மெய்யைத் தழுவி உள்ளதை உள்ளபடியே காட்டிய சரித்திரம் இதுவரை எழுதப்படவில்லை.

இந்தியாவில் எந்த அச்சகமும் அந்த நூல் முழுவதையும் அச்சடிக்க முன்வரவில்லை. ஆங்கில ஆதிக்கம் இருக்கும் எப்பகுதியிலும் அந்நூலை வெளியிட இயலவில்லை. எத்தனையோ முயற்சிகள்

வீணாயின. இறுதியில் அந்நூல் ஹாலந்தின் தலைநகர் ஆம்ஸ்டர்டேமில் வெளியிடப்பட்டது. என்றாலும் இந்தியாவுக்குள் நுழைய அனுமதிக்கப் படவில்லை. மிக மிக இரகசியமாகப் பாதுகாக்கப்பட்டது. ஆனால் தேசபக்தர்கள் அந்நூலை மதக் கிரந்தம்போலப் பயின்றனர்.

ஐயர் அந்தப் புத்தகத்தின் இரண்டு பிரதிகளை வைத்திருந்தார். ஒன்று சிவப்பட்டை போட்டு இரகசியமாக அவர் பெட்டியில் இருந்தது. அதை வெளியே காட்டமாட்டார். மற்றொன்று கறுப்பட்டை போட்டு மறைவாகவே வைத்திருந்தார். சுத்தானந்த பாரதி பாரத சக்தி மகாகாவ்யத்துக்காக ஒரு படலம் எழுத வேண்டிவந்தபோது, அந்தப் புத்தகத்தைக் கேட்டார். ஐயர் அவருடைய அறைக்குத் தனியாக வந்து, 'இந்தாருங்கள். இதை இரவிலேதான் படிக்கவேண்டும். இங்கே வைத்துவிட்டு வெளியே செல்லக் கூடாது. கவனம். ஒருவாரத்தில் படித்துக் குறிப்பெடுத்துக்கொண்டுவிட்டு கொடுத்துவிடவேண்டும். முதல் சுதந்தரப் போராட்டத்தை சித்தர் மெட்டில் பாட்டாகப் பாடி விடுங்கள்' என்று அக்கறையோடு விளக்கமாகச் சொல்லிவிட்டுப் போனார்.

சிப்பாய்ப் புரட்சியைக் கலகம் என்று நிரூபிக்க பிரிட்டிஷ் அரசு பல கூட்டங்களை நடத்தியது. கலகத்தை ஒடுக்கிய இராணுவ வீரர்களுக்கு நன்றி தெரிவிக்கும் வகையில், 1907-ம் ஆண்டு மே மாதம் 1-ம் தேதி ஒரு கூட்டத்துக்கு ஏற்பாடு செய்திருந்தது. அதற்குப் பதிலடி கொடுக்கும் வகையில் இந்தியா ஹவுஸைச் சேர்ந்த தேசபக்த இளைஞர்கள் சிப்பாய்ப் புரட்சியின் பொன்விழாவை 1908-ம் ஆண்டு மே மாதம் 1-ம் தேதி கொண்டாடினர். புரட்சி நாயகர்களின் திருவுருவப் படங்கள் திறந்து வைக்கப்பட்டன. வ.வே.சு. ஐயர் இறைவணக்கம் பாட, சாவர்க்கர் எழுச்சியுரையாற்றினார்.

★

1907-ம் ஆண்டு ஆகஸ்ட் மாதம் மூன்றாவது வாரத்தில் ஜெர்மனியில் உள்ள ஸ்டட்கார்ட் நகரில் சர்வதேசச் சோஷலிஸ்ட் காங்கிரஸ் மாநாடு நடந்தது. சோஷலிஸ்ட் தலைவர் ஹைண்ட்மேன் ஏற்பாடு செய்திருந் தார். எல்லா நாடுகளின் கொடிகளும் ஒன்றன்பின் ஒன்றாக ஏற்றப் பட்டன, அப்பொழுது இந்தியாவின் கொடியாக யூனியன் ஜாக் கொடியை ஏற்ற முயன்றபோது, அந்த மாநாட்டில் கலந்துகொள்ளச் சென்றிருந்த மேடம் காமா, யூனியன் ஜாக் கொடியை ஏற்றுவதற்குக் கடுமையான எதிர்ப்புத் தெரிவித்தார். கம்பீரமாக எழுந்து நின்று, வீர சாவர்க்கர் உதவியுடன் அவரே தயாரித்த இந்திய சுதந்தரத்தின் முதல் கொடியை ஏற்றினார்.

'இந்தக் கொடி இந்திய சுதந்தரக் கொடி, இன்றுதான் அதன் ஜனனம். இது சாதாரணமாகப் பிறந்துவிடவில்லை. இந்திய இளைஞர்கள் தன் தாய்நாட்டுக்காகச் சிந்திய இரத்தத்தில் அவதரித்தது இது. அருமைக் கனவான்களே, தயவுசெய்து எழுந்துநின்று இந்தியச் சுதந்தரக் கொடிக்கு மரியாதை செய்யுங்கள். இந்தக் கொடியின் பெயரால், சுதந்தரம் விரும்பும் உலகமக்கள் அனைவரையும் கெஞ்சிக்கேட்கிறேன், இதை ஆதரியுங்கள்.'

எல்லோரும் எழுந்து வணக்கம் தெரிவித்தனர். அவர் தயாரித்த கொடியில் மேலே பச்சை வண்ணமும், நடுவில் காவி வண்ணமும் கீழே சிகப்பு வண்ணமும் அமைந்திருந்தன. பச்சைவண்ணப் பட்டை யில் இந்தியாவின் 7 பிரதேசங்களைக் குறிக்கும் வகையில் 7 மலர்ந்த தாமரைகளும், நடுக் காவியில் வந்தே மாதரம் என்ற சொற்கள் தேவ நாகரி எழுத்துகளும், கீழே பச்சையில் சூரியனும் பிறையும் கொண்டு அமைந்திருந்தது.

ஜெர்மனியில் முதல் கொடியை ஏற்றியபிறகு அமெரிக்கா சென்று இந்தியா சுதந்தரம் அடைய வேண்டிய அவசியத்தை எடுத்துரைத்து ஆதரவு தேடினார். அரசியல் ஈடுபாடு கணவருக்குப் பிடிக்காததால் விவாகரத்துப் பெற்றார்.

மேடம் காமா, வ.வே.சு. ஐயருக்குப் பலவகையிலும் உதவினார். ஓர் அற நிறுவனம் ஏற்படுத்தி, அதில் 10,000 ப்ராங்குகள் முதலீடு செய்தார். அதிலிருந்து வ.வே.சு. ஐயருக்கு மாதாமாதம் 50 பிராங்குகள் கிடைக்க ஏற்பாடுசெய்தார்.

அத்தியாயம் 4

‘கீர்த்திகரைப் பற்றி என்ன நினைக்கிறீர்கள்?’ என்று கேட்டார் ஐயர்.

‘அவனைப் பார்த்தால் சுத்த சோம்பேறியாக இருப்பான்போல் தெரிகிறது’ என்றார் சாவர்க்கர்.

‘சோம்பேறி மட்டுமல்ல, சுகவாசி. நமது வேலைக்காரப் பெண்ணிடம் மிகவும் நெருங்கிப் பழகுகிறான். வீட்டு வேலைகள் கெட்டுவிடுகின்றன.’

‘அவன் மராட்டியப் பிரபு இனத்தைச் சேர்ந்தவன். எனவே, சற்று அப்படி இப்படித்தான் இருப்பான். அதைக் கண்டுகொள்ள வேண்டாம். சற்று விட்டுப்பிடிக்கலாம். அவன் சந்தா ஒழுங்காகக் கொடுக்கிறான். கூட்டங்களுக்குத் தவறாமல் வருகிறான். மாதம் ஒரு பவுண்ட் அதிகமாக நமது நிதிக்குக் கொடுக்கிறான்.’

‘உண்மைதான். நாம் இந்தியா ஹவுஸில் கடைப்பிடித்துவரும் ஒழுக்கம் குலைந்துவிடுமோ என்று அஞ்சுகிறேன்’ என்றார் ஐயர்.

வேலைக்காரியை நீக்குவது என்று முடிவாகியது. வேலைக்காரியை நிறுத்தியதும் அவளுக்குத் தனி வீடு ஏற்பாடு செய்து தங்கவைத்தார் கீர்த்திகர்.

1909-ம் ஆண்டு கோடைக்காலத்தில் ஒருநாள் மாலை சுமார் முப்பது வயதிருக்கும் கீர்த்திகர் இந்தியா ஹவுஸுக்கு வந்தார். வீர

சாவர்க்கருடன் மராட்டியில் பேசினார். ஏற்கெனவே மூட்டை முடிச்சுகளுடன் வந்துவிட்டதால், சாவர்க்கர் அவரை இந்தியா ஹவுஸில் தங்க அனுமதித்துவிட்டார். பல் வைத்தியம் படிப்பதற்காக இலண்டனுக்கு வந்திருந்தார். ஏற்கெனவே பம்பாயில் நீதிமன்றங் களில் மொழிபெயர்ப்பாளராகப் பணி செய்துவிட்டு, ஓராண்டு விடுப்பில் வந்திருந்தார்.

தினமும் காலையில் எழுந்து காலை உணவு உண்டுவிட்டு டாகடர் இராஜன் செல்லும்பொழுது தானும் செல்வார். மாலையில் திரும்புவார். பிறகு காலையில் படிப்புக்குச் செல்வது கொஞ்சம் கொஞ்சமாகக் குறைந்தது. வெகு நேரம் படுக்கையைவிட்டு எழுவதில்லை. இரவில் தாமதமாக வீடு திரும்பினார். விசாரித்துப் பார்த்ததில் அவர் பல் வைத்திய சாலைக்கு ஒரு வாரம் மட்டும் வந்ததாகவும் அதற்குப் பின் வரவில்லை என்பதும் தெரிந்தது. அதுமட்டுமல்ல. அதன் பிறகு நடந்த விஷயங்களால்தான் அந்த வேலைக்காரப் பெண்ணை வேலையைவிட்டு நிறுத்திவிட்டார்கள்.

கீர்த்திகர் மேல் ஐயருக்கும் இராஜனுக்கும் சந்தேகம் வலுத்தது. ஒருநாள் இரவு கீர்த்திகர் நாடகம் பார்ப்பதற்காக வேலைக்காரச் சிறுமியை அழைத்துக்கொண்டு சென்றார். கீர்த்திகருடைய அறையை மாற்றுச் சாவி போட்டுத் திறந்து உள்ளே நுழைந்தார் ஐயர். அவருடைய பெட்டி படுக்கைகளைச் சோதனை போட்டார். உளவாளிதான் என்று நிச்சயப்படுத்தும் வண்ணம் பல ஆவணங்கள் கிடைத்தன. அந்த வாரம் அனுப்பவேண்டிய அறிக்கை தயாரித்து வைக்கப்பட்டிருந்தது. இந்தியா ஹவுஸில் நடக்கும் கூட்டங்களைப் பற்றியும் அங்கு என்னென்ன பேசப்படுகின்றன என்பது பற்றியும் விவரமாக இருந்தது. கீர்த்திகர் சங்கக் கூட்டங்களில் மிகவும் ஆர்வத்துடன் கலந்துகொண்ட தன் காரணம் புரிந்தது. அவரது அறிக்கையை மட்டும் கையில் எடுத்துக்கொண்டு மற்றவற்றை முன்போல் வைத்துவிட்டு வெளியிலே வந்தார் ஐயர். அறைக்கதவை முன்போல் பூட்டினார்,

சாவர்க்கரிடம் கலந்தாலோசித்து முடிவெடுக்கலாம் என்று இராஜன் சொன்னார். சாவர்க்கரைச் சந்தித்து விவரங்களைச் சொன்னார்கள். அறிக்கையைப் படித்துப் பார்தார் சாவர்க்கர். பதற்றப்படவில்லை. கீர்த்திகரை வெளியே அனுப்புவது உசிதமல்ல. அவரைக்கொண்டே தமது காரியங்களைச் சாதித்துக்கொள்ளவேண்டும். அவனைத் தந்திரமாகக் கையாளவேண்டும் என்று தீர்மானிக்கப்பட்டது. அவனை விசாரிக்கும் பொறுப்பை ஐயரிடம் ஒப்படைத்தார்.

ஐயர் தன்னறைக்குப் போய் கைத்துப்பாக்கி ஒன்றை எடுத்துக் கொண்டார். அதில் ரவைகளை நிரப்பிக்கொண்டார். அதைப்

பையொன்றில் போட்டுக்கொண்டார். நாடகம் பார்த்துவிட்டுக் கீர்த்திகர் திரும்பிவந்தார். கீர்த்திகர் பார்த்த நாடகத்தைப் பற்றி வினவினார். பிறகு மெல்ல மெல்ல ப் பேச்சு ஒற்றர்களையும் உளவாளிகளையும் பற்றித் திரும்பியது. கீர்த்திகரின் முகத்தில் ஏதாவது மாற்றம் தெரிகிறதா எனக் கவனித்தார். அவர் இலண்டனில் செய்துவரும் வேலைகளைப் பற்றி வினவினார். பல் வைத்தியம் படிக்கவில்லை என்பதும் தனக்குத் தெரியும் என்று சொன்னார். கீர்த்திகரின் முகம் மாற்றம் கண்டது. பிறகு ஸ்காட்லாண்ட் யார்டு இந்தியர்களைக் கவனிக்க இந்தியர்களையே உளவாளிகளாக நியமிப் பதைப் பற்றி எடுத்துச் சொல்லி அப்படி நாட்டுக்குத் துரோகம் செய்யும் உளவாளிகளை இகழ்ந்து பேசினார். பிறகு கீர்த்திகரை நேரடியாகவே குற்றம் சாட்டினார். கீர்த்திகர் தாம் உண்மையான தேசபக்தன் என்றும் தான் உளவாளி இல்லை என்றும் கூறினார். இவற்றையெல்லாம் வெளியிலிருந்து டாக்டர் இராஜன் கவனித்துக் கொண்டிருந்தார்.

கீர்த்திகர் தன் குற்றத்தை ஒப்புக்கொள்ளாததால் ஐயர் அறைக்கதவைத் தாளிட்டார். கீர்த்திகரின் அறையிலிருந்து தான் கைப்பற்றிய அறிக்கையை எடுத்துக் காட்டினார். கீர்த்திகர் மழுப்பத் தொடங்கினார். ஐயர் வேறு வழியில்லாமல் தனது கைத்துப்பாக்கியை எடுத்து சுட்டுவிடப் போவதாகப் பயமுறுத்தினார்.

கீர்த்திகர் உண்மையை ஒப்புக்கொண்டார். தன்னைக் கொன்றுவிட வேண்டாம் எனக் கெஞ்சினார். ஸ்கார்ட்லாண்ட் கொடுக்கும் பணத்தில்தான் தான் சுகமாகவாழ்வதாகவும் தான் இந்தியாவுக்கே திரும்பிப்போய்விடுவதாகவும் சொன்னார்.

ஸ்காட்லாண்ட் யார்டு உளவாளி என்ற செய்தி பரவினால் அவரை இந்தியரும் சும்மாவிடமாட்டர்கள். ஸ்காட்லாண்ட் யார்டு போலீஸும் கடுமையாக நடந்துகொள்ளும். இந்த உண்மையைக் கீர்த்திகருக்கு உணர்த்தினார் ஐயர்.

ஐயரே அதற்கும் ஒரு வழி சொன்னார். தான் சொல்லப்போகும் ஏற்பாட்டுக்கு ஒப்புக்கொண்டால் கீர்த்திகரே ஸ்காட்லாண்ட் யார்டுக்காகத் தொடர்ந்து பணியாற்றலாம் என்றார்.

ஐயர் சொன்ன யோசனை இதுதான். கீர்த்திகர் தயாரித்துக் கொடுக்கும் அறிக்கையை முதலில் ஐயர் பரிசீலனை செய்ய வேண்டும். அவருடைய ஒப்புதலுக்குப் பிறகே ஸ்காட்லாண்ட் யார்டுக்குச் சமர்ப்பிக்கவேண்டும். அவர்களுக்குச் சந்தேகம் வராதவாறு ஐயரே அறிக்கையைச் சரிசெய்து கொடுப்பதாகவும்

சொன்னார். இந்த யோசனைக்கு ஒப்புக் கொண்டால் கீர்த்திகருக்குத் தொடர்ந்து சம்பளம் கிடைக்கும்.

கீர்த்திகர் இந்த ஏற்பாட்டுக்கு ஒப்புக்கொண்டார். அதிலிருந்து கீர்த்திகர் சமர்ப்பிக்க வேண்டிய அறிக்கையை ஐயரே மிகச் சாமர்த்தியமாகத் தயாரித்துக் கொடுத்தார். மாதம் இரண்டு பவுண்ட் இந்தியச் சுதந்தரச் சங்கத்துக்குச் (FREE INDIA SOCIETY) சந்தாவாக அவர் கொடுக்க வேண்டும் என்றும் முடிவாயிற்று. இந்த ஏற்பாடு பல மாதங்கள் தொடர்ந்தன.

ஸ்காட்லாண்ட் யார்டுக்கு இன்னும் சில உளவாளிகள் தேவை என்ற செய்தி தெரியவந்தது. ஐயர் தன்னுடன் தங்கியிருந்த எம்.பி.டி. ஆச்சாரியாரைத் தயார் செய்து ஸ்காட்லாண்ட் யார்டுக்கு அனுப்பினார்.

ஆச்சாரியார் சாமர்த்தியமாகப் பேசி ஸ்காட்லாண்ட் யார்டில் உளவாளியாகச் சேர்ந்தார். மாதம் ஐந்து பவுண்ட் சம்பளம். அவருடைய பணி திருப்தியாக அமைந்தால் ஆறுமாதங்களுக்குப் பிறகு இரட்டிப்புச் சம்பளம் கொடுக்கவேண்டும் என்பது உடன்பாடு. ஸ்காட்லாண்ட் யார்டின் திட்டங்கள் ஐயருக்கு உடனுக்குடன் தெரியவந்தது. இந்த விநோத ஏற்பாடு பல மாதங்கள் தொடர்ந்து நடந்துவந்தது.

திங்ரா என்ற இளைஞன், இன்ஜினீயரிங் படிப்பதற்காக வந்தவன் ஐயருக்கு அறிமுகமானான். உறுதியான கொள்கைப் பிடிப்புடைய அந்த இளைஞனை ஐயருக்கு மிகவும் பிடித்தது.

மதன்லால் திங்ரா 22 வயது இளைஞன். பஞ்சாபிலிருந்து இலண்டனுக்கு இன்ஜினீயரிங் படிக்க வந்தவன். இந்தியா ஹவுசில் சாவர்க்கரையும் ஐயரையும் சந்தித்த பிறகு அவன் உள்ளத்தில் வன்முறை வேரூன்றிவிட்டது.

பிரிட்டிஷ் அரசு அப்பாவி இந்திய மக்களை வதைப்பதையும், இந்தியச் செல்வங்களைச் சுரண்டுவதையும், பத்திரிகைகளை ஒடுக்குவதையும், பேச்சுச் சுதந்தரத்தைக் கட்டுப்படுத்துவதையும் கண்டு கொதித்தான். சாவர்க்கர், ஐயர் இருவரும் தம்மால் ஆன அனைத்து உதவிகளையும் அவனுக்குச் செய்தனர். இலண்டனில் இருந்த ஆயுதப்பயிற்சி சாலை ஒன்றில் சேர்ந்து தீவிரப் பயிற்சி பெற்றான். துப்பாக்கியைக் கையாள்வதில் தேர்ச்சி பெற்றான்.

மதன்லால் வெறும் வாய்வீச்சு வீரத்தை விரும்பவில்லை. வாய்ச் சொல் வீரர்களைக் கண்டால் அவனுக்குக் கோபம் வரும். செயல்பட வேண்டும், நிலைமை மேலும் மோசமாவதற்குள் செயல்பட வேண்டும் என்பதே அவனுடைய துடிப்பு. யாராவது வேறு

நாட்டினரைப் புகழ்ந்தால் இந்தியாவை மட்டம் தட்டுவதாக நினைத்து அவரோடு சண்டையிடுவான்.

'வீர இளைஞர்களுக்குச் சஹன சக்தி வேண்டும். எந்த ஆபத்தையும் அஞ்சாது எதிர்கொள்ளும் ஆற்றல் வேண்டும்' என்றான் திங்ரா.

இவ்வார்த்தைகளை நண்பர்கள் சூழ்ந்திருக்கும் சபையில் அவன் சொன்னபோது ஒருவர் அவனிடம், 'உனக்கு அந்தச் சஹன சக்தி இருக்கிறதா?' என்று கேட்டார்.

'சோதித்துப் பார்த்துக் கொள்ளுங்களேன்' என்றான் திங்ரா.

'சரி, சஹன சக்தி என்றால் என்ன?' என்று கேட்டார் இன்னொருவர்.

'எந்த வலியையும் இன்முகத்தோடு தாங்கிக்கொள்ளும் சக்தி. பரசுராமர் தம் மடியில் தலைவைத்துத் தூங்கும்போது, ஒரு வண்டு கர்ணனின் தொடையைக் குடைந்து இரத்தம் கொட்டும் போதும் குருவின் தூக்கம் கலைந்துவிடக்கூடாதென்று வலியைப் பொருட்படுத்தாமல் இன்முகத்தோடு இருந்தானே அந்தச் சக்திதான் சஹன சக்தி' என்றான் திங்ரா.

'சரி, உன் புறங்கையில் ஒரு குண்டூசியைக் குத்தினால் உன்னால் புன்னகை மாறா முகத்தோடு இருக்கமுடியுமா?' என்று கேட்டார் ஒருவர்.

'செய்து பாருங்களேன். ஆனால் ஒன்று. என் கையில் குண்டூசியால் குத்தும்போது இரத்தத்தைப் பார்த்துப் பயந்து குத்துவதை நிறுத்தக் கூடாது. உள்ளங்கைக்கு அது வரும்வரை குத்த வேண்டும். குண்டூசி வளைந்துவிடும் என்றால் ஆணியை எடுத்துக்கொள்ளுங்கள்' என்றான் திங்ரா.

எவருக்கும் நம்பிக்கையில்லை. அங்கிருந்த ஒருவர் துணிந்து ஒரு பெரிய குண்டூசியை எடுத்து அவன் புறங்கையில் குத்தினார். திங்ரா முகம் சுளிக்கவில்லை. அவன் உதடுகளில் புன்னகை மறைய வில்லை. உள்ளங்கை வரை ஊசி நுழைந்தது. இரத்தம் கொட்டியது. ஆனால் புன்னகை மன்னனாக வீற்றிருந்தான் திங்ரா. எல்லோரும் அவனை மிகுந்த ஆச்சரியத்தோடு பார்த்தனர். சொன்னதைச் செய்யக் கூடியவன், அபார சஹன சக்தி உள்ளவன் என அவனைப் புகழ்ந்தனர்.

இன்னொரு சமயம், உறுதிமொழிப்பத்திரத்தில் எல்லோரும் இரத்தக் கையெழுத்து இடவேண்டும் என்று சொன்னபோது, திங்ரா சற்றும் தயங்காமல் ஒரு கத்தியால் தன் கையைக் கீறித் தன் இரத்தத்தை மையாகக் கொண்டு எல்லோரும் கையெழுத்திடட்டும் என்றான்.

வங்கத்தைப் பிரித்த லார்ட் கர்சான் அப்பொழுது இலண்டனில்தான் இருந்தார். அவரைத் தீர்த்துக்கட்டினால் அது பிரிட்டிஷ் அரசு வட்டாரத்தில் பெரும் பரபரப்பை ஏற்படுத்தும். இந்தியர்கள் எதிர்க்கத் தொடங்கிவிட்டார்கள் என்பது அரசுக்குப் புரியும் என சாவர்க்கர் நினைத்தார்.

இந்த நிலையில் இலண்டனில் இந்திய மந்திரிக்கு வலது கரமாக இருந்து அவருக்கு ஆலோசனை சொன்ன கர்சான் வைலி என்பவரைக் கொல்வது என முடிவுசெய்தார்கள். அந்தச் செயலை நிறைவேற்ற மதன்லால் திங்ரா முன்வந்தான். அதே சமயம் அப்பாவி மக்களைத் தாக்க அவர்கள் விரும்பவில்லை. கர்சான் வைலியைக் கொல்லும் செயலில் திங்ரா பிடிபட்டால் மற்றவர்களை அவன் காட்டிக் கொடுக்கமாட்டான். எந்தத் துன்பத்தையும் தாங்கிக்கொள்வான் என ஐயர் நினைத்தார்.

1909-ம் ஆண்டு ஜூலை மாதம் 1-ம்நாள். இலண்டனில் இம்பீரியல் இன்ஸ்டிடியூட் என்னுமிடத்தில் சர் கர்சான் வைலியைச் சுட்டுக் கொன்றான் திங்ரா. அவரைக் காப்பாற்ற வந்த டாக்டர் காவல்ஜி லால்லா எனும் பார்ஸி இனத்தவரும் அவனது குண்டுக்குப் பலியானார். திங்ரா நினைத்திருந்தால் ஓடித் தப்பியிருக்க முடியும். ஆனால் துப்பாக்கியைக் கையில் தூக்கிப் பிடித்துக்கொண்டு, அசையாமல் நின்றான். அவனைக் கைதுசெய்து சிறையில் அடைத்தனர்.

வ.வே.சு. ஐயரும் டாக்டர் இராஜனும் திங்ராவைச் சிறையில் சந்தித்தனர். வழக்குரைஞர் வைத்து வாதாடலாம் என்று அவனிடம் சொன்னபோது, அவன் அதை ஏற்க மறுத்துவிட்டான்.

திங்ரா தன்னுடன் ஒரு வாக்குமூலத்தை வைத்திருந்தான்.

'நான் ஓர் இந்து என்ற முறையில் எனது நாட்டுக்கு இழைக்கப்பட்ட அநீதி, கடவுளுக்கு எதிராக இழைக்கப்பட்ட அநீதியாகவே கருது கிறேன். கடவுளிடம் நான் வேண்டுவது ஒன்றுண்டு. என் தாய் நாட்டிலேயே நான் மீண்டும் பிறக்கவேண்டும். இதே புனிதக் காரணத்துக்காக நான் மீண்டும் இறக்கவேண்டும். எடுத்த காரியம் வெற்றிகரமாக முடியும்வரை இவ்வாறே நிகழ வேண்டும். மனித குலத்தின் நலத்துக்காகவும் கடவுளின் பெருமைக்காகவும் பாரதத்தாய் விடுதலை பெறவேண்டும்.'

திங்ரா தூக்கிலிடப்பட்டான். மகாகவி பாரதியார் நடத்திவந்த இந்தியா பத்திரிகையில் அதன் இலண்டன் நிருபர் என்ற முறையில் வ.வே.சு. ஐயர் எழுதியது வெளிவந்தது.

அதை வெளியிட்ட பாரதியார், திங்ராவின் செயலை ஆதரிக்கவில்லை. தனிநபர் பயங்கரவாதத்தை அவர் எதிர்த்தார். எனவே, ஆசிரியர் கருத்தாகத் தனது கருத்தை வெளியிட்டார்

'தேசத்தில் நடக்கும் அநியாயத்தில் சிலர் மனம் வெறுப்புண்டு பைத்தியக்காரன்களைப்போல் செய்யும் செயல்களுக்கு முக்கியக் காரணம் அநீதிதானே!' என்று எழுதினார்.

திங்ராவின் செயலைப் பைத்தியக்காரன் செயல் எனப் பாரதியார் குறிப்பிட்டிருந்தது வ.வே.சு. ஐயருக்குப் பிடிக்கவில்லை. அந்த வீர இளைஞனை உடனிருந்து அறிந்தவர் என்ற முறையில் அவனைப் பைத்தியக்காரனாக்குவது அநியாயம் என எண்ணினார். பிரிட்டிஷ் நீதிமன்றம் திங்ராவைப் பைத்தியக்காரன் என நிரூபிக்க முயன்றது. ஆனால் சிறைச்சாலையில் அவன் நடந்துகொண்ட முறை அவன் எவ்வளவு தெளிவானவன் என்பதை நிலைநாட்டியது. நேர்மையான மனம் கொண்ட ஆங்கிலேயர் அவனது தீரத்தைக் கண்டு வியந்தனர்.

திங்ரா பைத்தியம் என்று நிலைநாட்டுவதற்காகப் பஞ்சாப் லெஃப்டினண்ட் கவர்னர் அவனது தந்தையையும் சகோதரனையும் மிரட்டிக் கடிதம் வாங்கினார். அவனது தந்தையை செக்ரட்டரி ஆஃப் ஸ்டேட்டுக்கு நேரடியாகக் கடிதம் எழுத வற்புறுத்தினார். வேறு வழியின்றி அவரும் திங்ரா வீட்டைவிட்டு ஓடியதாகவும் மீசை வைத்துக் கொண்டு திரிந்தானென்றும் எப்பொழுதும் சீட்டியடித்துக்கொண்டே இருந்தானென்றும், எனவே அவன் பைத்தியம் என்றும் எழுதியிருந்தார். இக்கடிதங்களை ஆங்கிலப்பத்திரிகைகள் பிரசுரித்தன. அதைப்படித்த மக்கள் திங்ராவின்மேல் பரிதாபப்பட்டார்களே ஒழிய வெறுப்படைய வில்லை. அருவருக்கத்தக்க கடிதங்கள் என்று சில பத்திரிகைகள் எழுதின.

அவன் பைத்தியக்காரன் இல்லை என்பதைத் தெளிவு படுத்தவும் குறிப்பாகப் பாரதியாருக்குப் பதில் கூறவும் எண்ணி இந்தியாப் பத்திரிகைக்கு ஐயர் கடிதம் எழுதினார்.

'கோர்ட்டில் அவனுடைய எதிர்வாதத்தையும் அவன் கர்சான் வைலியைக் கொன்ற நிமிஷம் முதற்கொண்டு இந்த நிமிஷம்வரை நடந்துகொண்டிருக்கிற மாதிரியையும் பார்த்தவர்களில் யார் அவனைப் பைத்தியம் என்று சொல்லத் துணிவார்கள்? அவன் எழுதிவைத்திருந்த வாதம் ஒன்றை ஆங்கிலேயக் கோர்ட்டார் ஜூரர்களுக்காவது பகிரங்க மாக ஜனங்களுக்காவது காட்டாமல் அமுக்கிவிட்டார்கள். ஆனால் அவன் கீழ்க்கோர்ட்டில் கொடுத்த வாக்குமூலமும் செஷன்ஸில் சொல்லிய எதிர்வாதமும் அவனுடைய திட நெஞ்சையும்

தேசபக்தியையும் ஆன்ம வலிமையையும் காட்டுகின்றன. கோர்ட்டின் தீர்மானம் திங்ராவின் கருத்தைத் தொடவில்லை.

நியாயாதிபதி மரணதண்டனையை உச்சரித்ததும் 'வந்தனம் ஐயா, என்னுடய தேசத்துக்காக என்னுடைய அற்பமான பிராணனைக் கொடுக்கிறேன் என்கிற எண்ணம்கூட எனக்கு உண்டாகிறது' என்றான்.

திங்ராவின் வாக்குமூலம் பின்னாளில் கிடைத்திருக்கிறது. அதில் ஒரு பகுதி.

'தற்காலத்தில் இந்தியாவுக்குத் தேவையான ஒரே பாடம் எது? இறப்பது எப்படி என்பதைக் கற்பதே!

இதை எப்படிக் கற்பிப்பது? நாம் இறந்துகாட்டுவது மூலம்தான். ஆகையால் நான் இறக்கிறேன். தியாகியாக வீரப்புகழ் கொள்கிறேன்.'

மதன்லால் திங்ராவின் மரணம் வ.வே.சு. ஐயரை மிகவும் பாதித்தது. அவனது பூத உடலுக்கு இந்து முறைப்படி சடங்குகள் செய்ய விரும்பினார். அதற்காக அரசு அதிகாரிகளை அணுகி அவனுடைய பூத உடலைத் தன்னிடம் ஒப்படைக்கும்படி வேண்டினார். ஆனால் அரசு மறுத்துவிட்டது.

இலண்டனில் 1909 ஜூலை மாதம் 3-ம் தேதி இந்தியர்கள் கலந்துகொண்ட கூட்டம் ஒன்று நடைபெற்றது. அதில் இந்திய தேசியக் காங்கிரஸ் தலைவர்கள் சுரேந்திரநாத் பேனர்ஜி, பிபின் சந்திர பால், காபர்டே ஆகியோர் திங்ராவின் செயலைக் கண்டித்துப் பேசினர்.

திங்ராவின் அறிக்கையைப்போல, தேசப்பற்றுக்கொண்ட வாசகம் வேறெங்கும் இல்லை என்று சர்ச்சிலும், ஜார்ஜ் லாய்டும் வேறு சில ஆங்கிலப் பத்திரிகைகளும் வியந்த அந்த தேசபக்தனை, இந்தியத் தேசியத் தலைவர்களே கண்டித்தது வ.வே.சு. ஐயரைக் கொதிப்படையச் செய்தது.

1909-ம் ஆண்டு ஜூலை மாதம் ஏழாம் நாள் ஆகாகான் தலைமையில் வேறொரு கண்டனக் கூட்டம் நடைபெற்றது. அதற்கு இந்தியா ஹவுஸில் தங்கியிருந்த இளைஞர்கள் பலரும் சென்றிருந்தனர். வீர சாவர்க்கர், வ.வே.சு. ஐயர், எம்.பி.டி. ஆச்சார்யா ஆகியோரும் சென்றிருந்தனர்.

திங்ராவைக் கண்டித்துத் தீர்மானம் கொண்டுவரப்பட்டது. அதை ஆதரிப்பவர்களைக் கையைத் தூக்கச் சொன்னார் தலைவர். பலர் கையைத் தூக்கினர். எதிர்ப்பவர் எவரேனும் இருக்கிறாரா என்று கேட்காமலேயே தீர்மானம் ஏகமனதாக நிறைவேற்றப்பட்டதாகத் தலைவர் அறிவித்தார்.

வீர சாவர்க்கர் தன் எதிர்ப்பைத் தெரிவித்தார். 'ஏகமனதாக நிறைவேற்றப் பட்டதாகச் சொல்வது தவறு' என்றார். இதைக் கேட்ட பால்மர் என்ற யூரேஷியன், சாவர்க்கரை முகத்தில் குத்தினான். சற்றுத் தொலைவில் அமர்ந்திருந்த எம்.பி.டி. ஆச்சார்யா ஓடிவந்து தனது கையிலிருந்த தடியால் பால்மரைத் தாக்கினார். ஆங்கிலேயரைத் திருப்திப்படுத்துவதற்காக இந்தி யரை, அதுவும் தேசப்பற்றில் ஊறித் திளைக்கும் சாவர்க்கரைத் தாக்கியதைப் பார்த்த வ.வே.சு. ஐயர் வீறுகொண்டு எழுந்தார். தனது கைத் துப்பாக்கியால் பால்மரைச் சுட முனைந்தார். அதைக் கவனித்த சாவர்க்கார் வ.வே.சு. ஐயரைச் சமாதானப்படுத்தி அழைத்துச் சென்றார். இந்தியர்கள் தமக்குள்ளே சண்டையிட்டால் அது ஆங்கிலேயனை மகிழ்ச்சியடையச் செய்யும் என்றும் இந்தியர்களை இந்தியர்களே தாக்கும் வண்ணம் நிகழ்ச்சிகளை ஏற்பாடு செய்வான் என்றும், அதற்கு இடம் கொடுக்கக்கூடாதென்றும் சொல்லி சாவர்க்கர் ஐயரைக் கட்டுப் படுத்தினார்.

திங்ராவைப்போலத் திட சித்தம் உள்ள ஒரு தேசபக்தனை உருவாக்க ஐயர் நினைத்தார். அதற்கான ஆளாக எம்.பி.டி. ஆச்சார்யாவைத் தேர்ந்தெடுத் தார். அவருக்குப் போர்ப் பயிற்சி தர நினைத்தார். இதைப் பிரிட்டிஷ் புலனாய்வுத் துறையும் அறிந்திருந்தது. அவர்களின் இரகசியக் குறிப்பில், 'வரப்போகும் சந்ததியின் மனத்தில் நீங்கா இடம் பிடிக்கும் வகையில் ஒரு வீரதீரமிக்க தியாகியாக எம்.பி.டி. ஆச்சாரியாவை உருவாக்குவதற்கு வ.வே.சு. ஐயர் தீவிரமாகப் பயிற்சியளித்தார்' என்று எழுதப்பட்டது.

★

இந்தியா ஹவுஸில் உள்ள தீவிரவாதிகள் நேரடியாக எந்தப் போரிலும் கலந்துகொண்டதில்லை. யுத்த அனுபவமில்லாமல் எப்படிச் சுதந்தரப் போரை நிகழ்த்துவது? எனவே, இந்தியா ஹவுஸைச் சேர்ந்த இருவர் போர் நடக்கும் இடத்துக்குச் சென்று பயிற்சி பெறவேண்டும், அணி வகுப்பு, போர் முறைகள், யுத்த சாத்திரம் ஆகியவை கற்றுவரவேண்டும் என்று முடிவெடுத்தனர். எம்.கே. திருமலாச்சார் தேசபக்தியின் காரணத்தால் இந்தியா ஹவுஸில் தங்கியிருந்தார். இன்னொருவர் சோட்டா தத்தர் என அழைக்கப்படுபவர். 1909-10 வருடங்களில் மொராக்கோவிலுள்ள மூர் இனத்தினருக்கும் ஸ்பெயின் நாட்டினருக்கும் போர் நடந்துகொண்டிருந்தது. ஏதாவது ஒரு படையில் சேர்ந்து பயிலவேண்டும் என்று முடிவு செய்து அவர்களுக்கு வேண்டிய துப்பாக்கிகள், உடைகள் முதலியன தயார் செய்தனர். பணம் வேண்டுமே.! தெரிந்தவர்களிடமெலாம் யாசித்து 300 பவுண்ட் வரை வசூலித்து 16-8-1909 அன்று அவர்களை அனுப்பினார் வ.வே.சு. ஐயர். (மறுநாள் திங்ரா(17-8-1909) தூக்கிலிடப்பட்டார்.)

அவர்கள் பயிற்சி பெற்றுத் திரும்பிவர ஆறுமாதங்களாவது ஆகும். அவர்கள் வந்தவுடன் இரகசிய ஆயுதப் பயிற்சி சாலை அமைத்து இந்திய இளைஞர்களுக்குக் கற்றுக்கொடுக்கவேண்டும். நிறைய இந்திய இளைஞர்கள் சேர்ந்து போராட்டத்தைத் தொடங்கவேண்டு மென்று ஐயர் நினைத்தார். வரைபடங்கள் தயாரித்தார். யார் யாரை உதவிக்கு அணுகுவது, எங்கிருந்து போரட்டத்தைத் தொடங்குவது போன்ற திட்டங்கள் போட்டார்.

மொராக்காவின் மூர் ஜாதியருடன் சேர்ந்து யுத்தம் செய்யப் போன வர்கள் இரண்டு பேர். அவர்களில் ஒருவர் ஜிப்ரால்டருக்குப் போனதும் தன்னுடைய நிச்சயத்தை மறந்துவிட்டு முயற்சி சரிவரச் செய்யாமல் திரும்பி வந்துவிட்டார். அவர் பெங்காலி. மற்றவர் தன்னுடைய சங்கற்பத்தைக் கடைசிவரையில் முயலுவதுதான் ஹிந்துவுக்கு அழகு என்பதை உணர்ந்து டாஞ்சியருக்குப் புறப்பட்டுப் போனார்.

ஐயர் எதிர்பார்த்தது நடக்கவில்லை. ஸ்பெயின் ஆட்சியை எதிர்த்து யுத்தம் செய்த மூர் இன மக்கள் அந்நியர் எவரையும் நம்பவில்லை. ஸ்பெயின் நாட்டவரும் ஏற்றுக்கொள்ளவில்லை. ஒற்றர்களாயிருப்பார் களோ என்று ஐயுற்றனராம். நல்லவேளை ஒற்றரென்று கைது செய்ய வில்லை. ஆங்கில அரசிடமிருந்து சான்றிதழ் பெற்றுச் சென்றிருந்தால், ஏற்றுக்கொண்டிருப்பார்களாம். முந்நூறு பவுண்டு செலவளித்ததுதான் மிச்சம். எந்தவொரு பயனுமின்றி எம்.பி.டி. ஆச்சார்யாவின் யுத்தப் பிரிய முயற்சி தோல்வியுற்றது. அதில் ஐயருக்குப் பெருத்த வருத்தம். ஆச்சார்யா சாப்பாட்டுக்குக்கூடக் கையில் பணமின்றி ஐயருக்குத் தந்தி கொடுத்தார். வ.வே.சு. ஐயர் பத்துப் பவுண்டு பணம் அனுப்பினார். தனது முயற்சி எதிர்பார்த்த வெற்றியைக் கொடுக்காவிட்டாலும் ஐயர் தளர்ந்துவிடவில்லை. பாரீஸில் ஆயுதங்களை வாங்கி இந்தியாவுக்கு ஆப்கனிஸ்தானம், சைனா, கோழிக்கோடு, துவாரகா பாண்டிச்சேரி வழியாக கடத்தமுடியுமா என்று ஆராய்ந்தார். அந்த முயற்சியில் தீவிர மாக ஈடுபட்டார்.

அத்தியாயம்
5

'சௌந்தரம், மனித சிருஷ்டியில் உயர்ந்தவரும் ஒப்பற்றவருமான ஒருவரை இன்று சந்தித்தேன்' என்றார் வ.வே.சு. ஐயர்.

'யார் அவர்?' என்று கேட்டார் டி.எஸ்.எஸ். ராஜன்

'தென்னாப்பிரிக்காவிலிருந்து மிஸ்டர் காந்தி வந்திருக்கிறார். அங்குள்ள மக்களின் நிலையை பிரிட்டிஷ் அரசுக்கு எடுத்துச் சொல்வதற்காக வந்திருக்கிறார். அவரைத்தான் சந்தித்தேன்' என்றார் ஐயர்.

'நம் இயக்கத்தைப் பற்றிச் சொன்னீர்களா?'

'சொன்னேன். அவர் ஒரு அஹிம்ஸாவாதி. நான் எவ்வளவுதான் சொன்னாலும் பிடிகொடுக்கவில்லை. அவரது கொளகையில் பிடிவாத மாக இருக்கிறார். அவர் நம் கொள்கைகளை ஏற்றுக்கொள்ளாதபோதும் அவரிடம் சத்தியம் இருக்கிறது. அவருடைய முகத்தில் உண்மையின் ஒளி தெரிகிறது. வெறும் பசப்பு வார்த்தைகள் பேசுவதில்லை. தெளிவாகப் பேசுகிறார்.'

'அவரை எங்கே கண்டீர்கள்?'

'பல இடங்களில் விசாரித்தேன். தென்னாப்பிரிக்காவில் அவர் செய்த துணிச்சலான செய்கைகைகளைக் கேள்விப்பட்டதிலிருந்து அவரைக் காணவேண்டும் என்று துடித்தேன். இலண்டன் வந்திருக்கிறார் என்று அறிந்து பலரிடமும் விசாரித்தேன் இந்தியத் தலைவர்கள் தங்கியிருக்கும்

ஹோட்டல்களிலெல்லாம் விசாரித்தேன். இரண்டு மணி நேரம் அலைந்துதிரிந்த பிறகு புக முடியாத ஒரு சிறிய சந்தில் சிற்றுண்டிச் சலை ஒன்றை நடத்திவரும் இந்தியர் ஒருவர் வீட்டில் அவரைச் சந்தித்தேன்.'

'அவர் எப்படி இருக்கிறார்?'

'எளிமை என்றால் அப்படியொரு எளிமை! அவர் இருக்கும் இடத்தில் இரண்டு மூன்று பழைய நாற்காலிகள், ஒரு கிழிந்த ஜமுக்காளம், அதன்மேல் ஒரு படுக்கை. சிறிய அறை. அங்கே சதா புன்னகை தவழும் முகத்துடன், ஆங்கில உடுப்புடன் அமர்ந்திருந்தார்.'

'அவரை நமக்கு ஆதராவாக மாற்றமுடியுமா?'

'தெரியவில்லை. அவர் சாமான்ய மனிதரில்லை. அவரிடம் பேசப் பேச என் மனம் அவரிடமே ஈடுபட்டுவிட்டது. என்ன அன்பு, என்ன மரியாதை! என்ன தேச பக்தி? என்ன உண்மை! சொல்லி முடியாது போ.'

'அப்படியா?'

'ஆமாம், அவரிடம் பேசிய பிறகு மறுபடியும் அவரைக் கண்டு பேசவேண்டும் என்கிற ஆசை அதிகம் ஆகிவிட்டது.'

'சாவர்க்கரை அவரிடம் அழைத்துச் செல்லவேண்டியதுதானே. அவர் பேச்சைக் கேட்டு அவர் நம்மை ஆதரிக்கலாமல்லவா?'

'நீ சொல்வது சரிதான். நாளை அவரை அழைத்துச் செல்கிறேன்' என்று சொல்லிவிட்டு உறங்கச் சென்றார் ஐயர்.

மறுநாள் ஐயர், வீர சாவர்க்கரை அழைத்துக்கொண்டு, காந்தியைக் காணச் சென்றார்.

சாவர்க்கர் தனது கருத்துகளை ஐயத்துக்கிடமின்றி எடுத்துரைத்தார். காந்தி எல்லாவற்றையும் பொறுமையாகக் கேட்டார்.

காந்திஜி: உங்கள் கொள்கையை ஏற்றால் எல்லோரும் ஆயுதம் தாங்கவேண்டியதுதான்.

சாவர்க்கர்: எல்லோரும் ஆயுத பாணிகள் ஆகவேண்டிய அவசிய மில்லை. முதலில் ஒருசில ஆங்கிலேயரைப் படுகொலை செய்து, திகிலடையச் செய்வோம். பின்னர் ஆயுத பாணிகளான சிலர் பகிரங்க மாகப் போராடுவார்கள். ஏறக்குறைய இரண்டரை லட்சம் பேரை நாம் இழக்க நேரிடலாம். ஆனால் நாட்டை நாம் திரும்ப அடைந்து விடுவோம். கெரில்லாப் போர்முறையைப் பயன்படுத்தி ஆங்கிலேயரை முறியடிப்போம்.

காந்திஜி: ஆன்மிக நாடான பாரதத்தை, தெய்வத்தன்மையற்ற நாடாக மாற்ற விரும்புகிறீர்கள். அப்படித்தானே!. கொலைசெய்துதான் நமது நாட்டை மீட்க வேண்டுமா? நாம் நம் உயிரைக் கொடுக்கலாம். ஆனால் மாற்றான் உயிரை எடுக்கக் கூடாது. இதுதான் தியாகம். மாற்றான் உயிரை எடுப்பதற்காக நம் உயிரைக் கொடுப்பது இரட்டைக் கொலை. மற்றவர்களைக் கொல்ல நினைப்பது கோழைத்தனம். ஆங்கிலேயனைக் கொன்றுவிட்டு, நமது மக்களைப் பலிகொடுத்துவிட்டு நீங்கள் யாரை விடுவிக்கப்போகிறீர்கள்? இந்திய மக்கள் இத்தகைய செயல்களை விரும்பவில்லை. நவநாகரிகப் போதையில் இருப்பவர்களே இத்தகைய செயல்களைச் சிந்திக்கிறார்கள். கொலைமூலம் நாட்டைக் கைப்பற்றி அதிகாரத்துக்கு வருபவன், நாட்டை வளமாக வைத்திருக்க முடியாது.

சாவர்க்கர்: அப்படியென்றால் திங்ராவின் செயலால் நமக்கு நன்மை கிடைக்கவில்லையா?

காந்திஜி: இல்லை. அப்படி எண்ணுபவர்கள் மகாமோசமான தவறே செய்கிறார்கள். திங்ரா மிகச் சிறந்த தேசபக்தன். ஆனால் அவனது ஆசை கண்மூடித்தனமானது. தவறான நெறிமுறையில் தன்னைப் பலிகொடுத்துவிட்டான். அவன் தனது மனச்சாட்சிப்படி நடந்ததால் நான் ஒன்றும் சொல்வதற்கில்லை.

காந்தி தனது கொள்கையில் பிடிவாதமாக இருந்தாலும் அவரது உள்ளொளி ஐயரை மிகவும் ஈர்த்தது.

காந்திஜியைச் சந்தித்துவிட்டு ஐயர் இந்தியா ஹவுஸுக்கு வந்ததும் அவரது சந்திப்பைப் பற்றி இராஜன் வினவினார்.

‘மூன்று நாள்கள் மன்றாடியும் பயனில்லை. அவருக்கு அஹிம்ஸையில் பிரமாதமான மூட நம்பிக்கை இருந்த போதிலும் நம் நாடு விடுதலை யடையவேண்டும், நமது அடிமைத்தனம் ஒழிய வேண்டும், நமது கோழைத்தனம் நீங்கவேண்டும் என்ற இத்தகைய எண்ணங்களில் சந்தேகமற முடிவுள்ளவர். அஹிம்ஸையால் அரசியல் துறையில் வெற்றி பெற்றுவிடலாம் என்று சாதிப்பது மட்டுந்தான் பொருத்தம் இல்லாமல் இருக்கிறது’ என்றார் ஐயர்.

‘அப்படியென்றால் இனி அவரைப் பார்த்துப் பயனில்லை’ என்றார் இராஜன் ‘அப்படியில்லை அவரை மீண்டும் பார்க்கத்தான் போகிறேன்’ என்றார் ஐயர்.

★

தீபாவளி விழா, பண்டிகைகள், போன்றவை இந்தியா ஹவுஸில் கொண்டாடப்பட்டன. அக்கூட்டங்களில் பங்கெடுக்கக் கட்டணம் உண்டு. ஆனால் நல்ல இந்திய உணவு கிடைக்குமாதலால் அதில் பலர் கலந்து கொண்டனர்.

தீபாவளி விழாவில் கலந்துகொள்ள நூற்றுக்கும் மேற்பட்டவர்கள் பதிவு செய்திருந்தனர். எனவே, அவ்விழாவுக்குத் தலைமைப்பொறுப் பேற்க அழைப்பதற்காக அப்பொழுது இலண்டனில் தங்கியிருந்த கோபால கிருஷ்ண கோகலே, விபின் சந்திரபால், லாலா லஜபதிராய் ஆகியோரைப் பார்த்தார் ஐயர். ஆங்கிலேயரிடம் நல்லுறவுகொண்டு நாட்டு மக்களுக்கு நன்மை செய்ய வேண்டும் என்ற நோக்கில் இருந்த அவர்கள், ஆங்கிலேயருக்கு ஆத்திரமூட்டும் விழாக்களில் கலந்து கொண்டால் தங்கள் பணிக்கு இடைஞ்சலாக இருக்கும் என்று கருதியோ அல்லது வேறு பல காரணங்களாலோ தலைமைப்பொறுப் பேற்க இயலாமையைத் தெரிவித்துவிட்டனர்.

எனவே, காந்தியைச் சென்று சந்தித்தார்.

‘எதற்காக இந்தக் கூட்டத்தை நடத்துகிறீர்கள்?’ என்று கேட்டார் காந்திஜி.

‘இந்தத் தேசத்தில் சுமார் எழுநூறுக்கும் மேல் இந்தியர்கள் இருக் கிறார்கள். பெரும்பாலும் மாணாக்கர்கள். அவர்கள் எல்லோரையும் ஒரு முறையேனும் பொது விஷயத்தில் ஈடுபடும்படி செய்யவேண்டும். இந்தியா நமது தேசம் என்ற எண்ணத்தை அவர்களுக்கு ஊட்ட வேண்டும். தேசபக்தி என்ற ஒன்று இருக்கிறது என்பதைச் சுட்டிக் காட்ட வேண்டும். அதற்காகத்தான் இந்தப்பண்டிகை விழா’ என்றார் ஐயர்.

சற்றுச் சிந்தித்துவிட்டு காந்திஜி சொன்னார்:

‘நல்ல காரியம்தான். அதற்கு நான் என்ன செய்ய வேண்டும்?’

‘நீங்கள்தான் தலைமைப் பொறுப்பேற்க வேண்டும்’ என்றார் ஐயர்.

‘வருபவர்களுக்கு விருந்து உண்டோ?’

‘நிச்சயம் உண்டு. அதற்கு ஏற்பாடு செய்யவேண்டும்.’

‘வெளியிலே பணம் கொடுத்து ஹோட்டல்களிலிருந்து தருவிப்பது எனக்குச் சம்பதமில்லாத ஒன்று. நம்மவரே தயாரித்து விருந்து படைப்பதென்றால் நான் சம்மதிக்கிறேன். அசைவ உணவு வேண்டாம்’ என்றார் காந்திஜி.

‘சற்றுச் சிரமமானதுதான். நூறு பேர்களுக்கு மேல் உணவு தயாரிக்க வேண்டும். உங்கள் விருப்பப்படியே செய்கிறோம். இந்தியா ஹவுஸில் அசைவ உணவு சமைப்பதில்லை. எத்தனை மணிக்கு வரவேண்டும், எங்கு வரவேண்டும் என்பதைப்பற்றி பிறகு வந்து சொல்கிறேன். விழாவன்று உங்களை நானே வந்து அழைத்துச் செல்கிறேன்’ என்றார் ஐயர்

‘நீங்கள் இடமும் நேரமும் மட்டும் சொன்னால் போதும். நானே வந்துவிடுகிறேன். நீங்கள் ஏற்பாடுகளைக் கவனியுங்கள்’ என்றார் காந்திஜி.

சமையல் செய்வதற்கும் கூட்டம் நடத்துவதற்கும் ஏற்ற ஓர் இடத்தை ஏற்பாடு செய்தார்கள். 1909-ம் ஆண்டு அக்டோபர் மாதம் 16-ம் நாள் சனிக்கிழமை, மாலை ஏழரை மணிக்கு விருந்து. அதன் பிறகு கூட்டம். சாவர்க்கரும் ஐயரும் காந்திஜியிடம் சென்று விவரம் சொல்லிவிட்டு வந்தனர்.

★

விழா நாள். ஐயரும் சாவர்க்கரும் வேறு சில ஏற்பாடுகளைக் கவனிப்ப தற்காக வெளியே சென்றுவிட்டனர். சமையல் தெரிந்தவர்களும் எடுபிடிகளுமாக ஆறுபேர் சமையல் வேலையைக் கவனித்தனர். சமையல் தெரிந்தவர் இரண்டு பேர் மட்டுமே! வெகு மும்முரமாக வேலை நடந்துகொண்டிருந்தது. புதிதாக ஒருவர் அங்கே வந்தார். மிகவும் மெலிந்திருந்தார். ஒடிசலானவர்.

யாரும் ஏதும் சொல்லாமலே அங்குள்ளவர்களுடன் பணியில் கலந்து கொண்டார். தீபாவளி நிகழ்ச்சியில் அவர்களுக்கு உதவ வந்ததாகச் சொன்னார். சமீபத்தில்தான் இலண்டன் வந்ததாகவும் தெரிவித்தார். சில்லறை வேலைகள் செய்ய ஆளில்லாததால் அவரை நன்கு வேலை வாங்கினர். சப்பாத்திக்கு மாவு பிசைந்து கொடுத்தார். எந்த வேலை கொடுத்தாலும் சிரித்த முகத்தோடு செய்தார். பாத்திரம் கழுவினார். வசமாக ஒரு ஆள் கிடைத்திருக்கிறார் என்று அவரைச் செமத்தியாக வேலை வாங்கினார்கள். யாரோ ஏழை, அன்றைய விருந்துச் சாப்பாட்டுக்காக வந்திருக்கிறார் என்று நினனத்தார்கள். சமையல் வேலை அவருடைய வரவினால் மிகத்துரிதமாக நடந்தது. அவரது சுறுசுறுப்பு மற்றவர்களுக்கும் தொற்றிக்கொண்டது. மாலை ஆறு மணி வாக்கில் சமையல் முடிந்தது. பாத்திரம் கழுவுவது போன்ற சிறுசிறு வேலைகள்தான் பாக்கி. வந்தவர் பாத்திரம் கழுவிக்கொண்டிருந்தார்.

வெளியே சென்றிருந்த ஐயர் அப்பொழுது உள்ளே நுழைந்தார். சமையல் ஆகிவிட்டது. ‘இனி மற்ற ஏற்பாடுகளைக் கவனிக்க

வேண்டியதுதான்' என்றார் ராஜன். பாத்திரம் கழுவிக்கொண்டிருந்த அந்த நபரைப் பார்த்ததும் ஐயர் திடுக்கிட்டார்.

'இவரை யார் வேலை வாங்கியது?' என்று கத்தினார்.

அங்கிருந்தவர்களுக்கு ஒன்றும் புரியவில்லை.

'இவர்தான் மிஸ்டர் காந்தி. இன்றையக் கூட்டத்துக்கு இவர்தான் தலைவர்' என்று பதைத்தபடி சொன்னார் ஐயர்.

'மிஸ்டர் ஐயர், நான் வேலை செய்யக்கூடாதா? என்னால்தானே நீங்கள் சமையலை இங்கே வைத்துக்கொண்டிருக்கிறீர்கள். அதற்கு நானல்லவோ உங்களிடம் மன்னிப்புக் கேட்கவேண்டும்! உங்களுக்கு உதவுவது என் கடமையல்லவா? இந்த ஊரில் இம்மாதிரி விருந்து நடத்துவது எவ்வளவு கடினம் என்று எனக்குத் தெரியும். உங்களைப் போன்ற இளைஞர்கள் இவ்வேலையைச் செய்ய முன்வந்தது எனக்கு எவ்வளவு ஆனந்தமாக இருக்கிறது தெரியுமா?' என்றார் காந்தி.

அவரை வேலை வாங்கியவர்கள் அவரிடம் மன்னிப்புக் கேட்டார்கள். இருப்பினும் தான் செய்து கொண்டிருந்த வேலையைத் தொடர்ந்து செய்து முடித்தார் காந்திஜி. மேஜைகளில் உணவு பரிமாறிய பிறகே தன்னிருக்கையில் போய் அமர்ந்தார். கூட்டத்தில் பேசும் முன்பே எல்லோருடைய உள்ளங்களையும் கவர்ந்துவிட்டார் காந்திஜி.

உணவு முடிந்த பிறகு சொற்பொழிவு தொடங்கியது. இறைவணக்கம், வரவேற்புக்குப் பிறகு தலைவர் பேசினார். வீர சாவர்க்கர் சண்டமாருதம் போலப் பேசி மக்களைக் கவரும் திறமை பெற்றிருந்தார். ஆனால் காந்தியின் உள்ளந்திறந்த பேச்சு மக்களைக் கவர்ந்தது. தமக்கும் விநாயக சாவர்க்கருக்கும் தேசிய விடுதலை பெறும் முறையில் மாறுதலான அபிப்பிராயம் இருந்தபோதிலும், இம்மாதிரியான சம்பவங்களில் இந்தியர்கள் எல்லோரும் சேர்ந்து, தாம் ஒரே நாட்டினர் என்ற உணர்ச்சியை வளர்க்கவேண்டிய அவசியத்தைப் பற்றிப் பேசினார். அஹிம்ஸையின் மேன்மையைத் தெளிவாக எடுத்துரைத்து அது ஒன்றே சுதந்தரம் அடையச் சிறந்த வழி என்பதை எடுத்துரைத்தார்.

காந்திக்கும் தமக்கும் உள்ள வேற்றுமையை இன்னதென விவரிக்க முடியாது. நம் நாட்டின் பூர்வீக சுதந்தர உணர்ச்சியை மட்டும் நினைவூட்டவே விருப்பம். நாம் இன்று அடிமைப்பட்டு வாடி வதங்கி இருப்பதை அறிந்து சுதந்தரமடைய முயற்சி செய்யவேண்டும் என்று வெகு உருக்கமாகவும் உள்ளக் கிளர்ச்சி உண்டாக்கும் படியும் பேசினார் சாவர்க்கர்.

இப்படிப்பட்ட நிகழ்ச்சிகள் இந்தியா ஹவுஸில் நடைபெறுவது ஆங்கிலேயர்களுக்கு வெறுப்பை அளித்தது. அவர்களுக்குச் சாதகமாக

இந்திய சுதந்தரப் போரின் 50-வது ஆண்டு வந்தது. சிப்பாய்ப் புரட்சியில் போர் புரிந்த ஆங்கிலேயர்களுக்குப் பணமுடிப்பும் பாராட்டும் கொடுப்பதற்காக லார்ட் ராபர்ட்ஸ் என்பவர் நிதி திரட்டினார். அதற்காக நாடகங்கள் போடப்பட்டன. அவற்றில் இந்தியர்களை இழிவுபடுத்தும் வகையில் கதை அமைக்கப்பட்டிருந்தது.

உண்மை நிலையை விளக்கவும் அது இந்தியச் சுதந்தரப்போர்தான் என்பதை நிலை நாட்டவும் சாவர்க்கர், ஐயர் ஆகியோர் கூட்டம் போட்டனர். பல பெரியவர்களைக் கொண்டு சொற்பொழிவுகள் நிகழ்த்தப்பட்டன

1908-ம் ஆண்டு மே மாதம் 10-ம் நாள் இந்தியா ஹவுஸில் மிகப்பெரிய கூட்டம் நடைபெற்றது.

இந்தியா ஹவுஸில் ஒரு பெரிய ஹால் சிறப்பாக அலங்கரிக்கப்பட்டது. செந்நிறப் பதாகைகள் தொங்கவிடப்பட்டன. மலர்த் தோரணங்களும் மாலைகளும் அலங்கரித்தன. பூந்தொட்டிகள் அங்கங்கே வைக்கப் பட்டன. தியாகிகளின் படங்கள் சட்டமிடப்பட்டு மலர்மாலை சூட்டப்பட்டு வைக்கப்பட்டிருந்தன.

இசையறிஞர் வர்மா ஹார்மோனியத்தில் வந்தே மாதரம் இசைத்தார். விழாவின் தொடக்கத்திலிருந்து அடிக்கடி வந்தே மாதரம் கோஷம் முழங்கப்பட்டது.

4.30-க்கு விழாத் தலைவர் பாரிஸ்டர் ராணா தனது நண்பர்கள் புடைசூழ வந்தார். பாரீஸிலிருந்த மேடம் காமா, அருமையான வாழ்த்துச் செய்தி அனுப்பியிருந்தார். தேசிய நல நிதிக்கு 75 ரூபாய் கொடுத்தனுப்பியிருந்தார்.

கூட்டம் அலைமோதியது. விழா ஹாலில் நிற்கவும் இடமின்றிப் பலர் தெருவில் நின்றனர்.

சாவர்க்கர் உணர்ச்சிகரமாகப் பேசினார். அங்கிருந்தவர் எல்லோர் உள்ளத்திலும் அவரது பேச்சு புதிய எழுச்சியை ஊட்டியது. பஹதூர் ஷா, நானா சாஹேப் ஆகியோரைப் பற்றி விரிவாக எடுத்துரைத்தார். மிஸ்டர் கான் ராஜா குவர்சிங்கைப் பற்றிப் பேசினார். மிஸ்டர் தாஸ் B.A. ராணி லக்ஷ்மிபாய் பற்றியும் மிஸ்டர் மாஸ்டர் (இவர் ஒரு பார்ஸி), மிஸ்டர் எருலாக் (இவர் ஒரு யூதர்) ஆகியோர் மற்றவர்களைப் பற்றியும் பேசினர். அடிக்கடி வந்தே மாதரம் கோஷம் எழுப்பப்பட்டது.

தலைவர் உரைக்குப் பிறகு தியாக உறுதிமொழி எடுக்கப்பட்டது.

ஒருவர் புகைபிடிப்பதை நிறுத்திவிடுவதாகவும் அதனால் வரும் சேமிப்பை தேசிய நிதிக்குக் அளிப்பதாகவும் உறுதியளித்தார். சினிமாப்

பார்ப்பதை நிறுத்துவது, குடியை நிறுத்துவது, எனப் பலர் உறுதிமொழி எடுத்தனர். மருத்துவர்கள், வக்கீல்கள், பாரிஸ்டர்கள், பட்டதாரிகள், மாணவர்கள் எனப் பலர் தாமாகவே முன்வந்து தன்னல மறுப்பு உறுதிமொழி எடுத்தனர். தலைவர் பாரிஸ்டர் ராணா தனது ஒருமாத வரும்படியைத் தேசிய நிதிக்கு வழங்குவதாக அறிவித்தார். தேசியப் பாடல்கள் பாடப்பட்டதும் கூட்டம் நிறைவுற்றது. அன்று நடந்த கூட்டத்தால் உந்தப்பட்டு பல்வேறு இடங்களில் எழுச்சிக்கூட்டங்கள் நடத்தப்பட்டன.

ஐயர் கூட்டங்களை ஏற்பாடு செய்வதிலும் மிகத் திறமையாக நடத்துவதிலும் வல்லவர். எந்தச் செயலை அவரிடம் கொடுத்தாலும் அதை எந்தக் குறையுமின்றி நடத்திக் கொடுப்பார். எனவே, இந்தியா ஹவுஸில் நடக்கும் ஒவ்வொரு கூட்டத்தின் நிர்வாகப் பொறுப்பும் பெரும்பாலும் ஐயரிடமே ஒப்படைக்கப்படும்.

ஐயர், இந்தியா ஹவுஸில் இருப்பவர்களிடம் அவரவர் மொழியில் பேசிக் கவர்ந்துவிடுவார். கம்பராமாயணத்தைத் தொடர் சொற்பொழி வாகச் செய்திருக்கிறார். அவர் ஆற்றிய சொற்பொழிவுகளைப் பற்றி அங்குள்ள பத்திரிகைகள் செய்தி வெளியிட்டன. தமிழின் சிறப்பைப் பற்றி நன்கு அறியாத வடநாட்டவரும் மேனாட்டினரும் தமிழைப் போற்றத் தலைப்பட்டனர். கம்பன் உலகத்தில் தோன்றியுள்ள அத்தனை கவிகளிலும் சிறந்தவன் என்பது அவரது தளராத தீர்மானம். எனவே, மேல்நாட்டுப் பெரும் புலவர்களோடு கம்பனை ஒப்பிட்டு அவர் பேசுவதுண்டு.

அரசியல் தொண்டு அவர் உள்ளத்தை எந்த அளவுக்குக் கவர்ந்ததோ, அந்த அளவுக்குத் தமிழ்த்தொண்டும் கவர்ந்தது. ‘எங்கள் தமிழ் எங்கள் தமிழ் என்று தமிழ் நாட்டுக்குள்ளே பேசிக்கொண்டு, குண்டுச் சட்டியில் குதிரை ஓட்டுகிறார்களே தவிர, எங்கள் தமிழை மற்ற நாட்டினர் போற்றும் வண்ணம் தமிழர்கள் செய்யவில்லையே’ என்று கவலைப் பட்டார். அப்படிச் செய்யக்கூடிய நிலையில் ஆங்கிலப் புலமையும் தமிழ் அறிவும் உள்ளவர்கள் தமிழில் பேசுவதையோ எழுதுவதையோ தாழ்வாக எண்ணித் தங்கள் ஆங்கிலப் புலமையை வெளிப்படுத்தி, ஆகா ஒரு தமிழன் இவ்வளவு அழகாக ஆங்கிலம் பேசுகிறானே’ என்று வெளிநாட்டினரை வியக்க வைத்துத் தாங்கள் புகழ்தேடிக் கொண்டார்களே தவிர தமிழுக்கென்று ஏதும் செய்யவில்லை.

ஐயர் ஆங்கிலத்திலோ, வேறு மொழிகளிலோ ஏதாவது புதிதாகப் படித்தால் இதைத் தமிழுக்கெடுத்துச் செல்லவேண்டும் என நினைப்பார். அரசியல் பணிகள் காரணமாக அதை உடனடியாக அவரால் நிறைவேற்ற முடியவில்லை. நாடு சுதந்தரம் பெற்ற பிறகு

தமிழ்த்தாண்டே உயிர்த்தொண்டாய்ச் செய்ய வேண்டும் என்று விரும்பினார்.

சிறுகதை இலக்கியம் ருஷ்யாவிலும் இங்கிலாந்திலும் மிகவும் சிறந்து விளங்கியது. தமிழுக்கும் அதை எடுத்துச் செல்ல ஐயர் ஆசைப்பட்டார். தமிழ், தமிழர், பாரதம் இம்மூன்றும் அவர் நினைவிலும் செயலிலும் நீங்கா இடம் பெற்றன. பாரதி பாடிய படி 'வாழிய செந்தமிழ், வாழ்கநற்றமிழர், வாழிய பாரத மணித்திருநாடு' என்பதுதான் அவரது தியானம்.

ஆங்கிலத்தில் மிகுந்த திறமை பெற்றிருந்தாலும் வீர சாவர்க்கர் மாஜினியின் வரலாற்றை மராத்தியில்தான் எழுதினார். லாலா லஜபதி ராய் மாஜினியின் வரலாற்றை உருதுவில் எழுதினார். வ.வே.சு. ஐயர் கரிபால்டியின் வரலாற்றை இந்தியா பத்திரிகையில் தமிழில் எழுதினார். இந்தியா பத்திரிகையின் லண்டன் நிருபராகப் பல கட்டுரைகள் எழுதினார். தமிழுக்கு மேலும் தொண்டு செய்வதற்காக, இந்தியா திரும்பிச் செல்லும் நாளை ஆவலுடன் எதிர்பார்த்துக் கொண்டிருந்தார்.

அத்தியாயம்
6

இளைஞர்களே. நீங்கள் உங்கள் தேசத்தை நேசியுங்கள். இது அந்நியனின் நாடல்ல. இது நமது மூதாதையர்களின் நாடு. இது உங்கள் நாடு. இங்கேதான் உங்கள் அன்னையின் அன்பான, இனிமையான குரலைக் கேட்டீர்கள். இங்கேதான் உங்கள் வாய் முதல் சொற்களை உதிர்த்தன. இந்த நாடு உங்களுக்கு இறைவனால் கொடுக்கப்பட்டது. இதில் நீங்கள் பெருமை கொள்ளவேண்டும். உங்களிடம் இருப்பதையெல்லாம் - ஏன், உங்கள் இரத்தத்தையும் உங்கள் நாட்டுக்காக நீங்கள் கொடுக்கவேண்டும். அதன் முன்னேற்றம்தான் உங்கள் முன்னேற்றம். நாட்டை இழிவுபடுத்தும் எந்தச் செயலையும் செய்யவேண்டாம். நாடு விடுதலையடையப் பாடுபடுங்கள். நமது தேசம் பிரிக்கப்படக் கூடாது. ஒன்றாகத் திகழவேண்டும். ஆல்ப்ஸ் மலையை ஒருபக்கமும் கடலை மறுபக்கமும் நம் நாட்டுக்குப் பாதுகாப்பாகக் கடவுள் கொடுத்திருக்கிறார். இன்று அது அடிமைப் படுத்தப்பட்டிருக்கிறது. இந்த நிலையில் நீங்கள் தூங்கிக்கொண்டிருக்கக் கூடாது. நமது தாய்நாட்டை விடுவிக்க உறுதி பூணுங்கள்.

இவை மாஜினியின் வார்த்தைகள். அப்படியே இந்தியாவுக்கும் பொருந்தும். அபிநவ பாரதத்தில் இணைய விரும்புபவர்களுக்கு ஒன்று சொல்ல விழைகிறேன். இன்னல்களைத் தாங்கிக்கொள்ளும் சக்தி இருந்தால் மட்டுமே இதில் உறுப்பினராகச் சேருங்கள். உணர்ச்சிவயப்பட்டு உறுப்பினராகச் சேர்ந்துவிட்டுப் பிறகு வருந்தாதீர்கள்.

உங்களுக்குத் தேசபக்தி இருந்து இன்னல்களைச் சந்திக்க இயலாத அச்சமும் இருந்தால் தீவிரவாதிகள் அமைப்பிலோ மிதவாதிகள் அமைப்பிலோ சேர்ந்துகொள்ளுங்கள். அவர்களும் தேசபக்தர்களே.'

சாவர்க்கரின் இந்தப் பேச்சு, அபிநவ பாரத்தில் பலரை உறுப்பினர் களாகச் சேர்த்தது. ஐயர் பலருக்கு இரகசியப் பிரமாணம் செய்து வைத்தார்.

அந்தக்காலத்தில் கடிதங்களைத் தொடங்கும்போது பிள்ளையார் சுழி போட்டோ அல்லது ஏதாவது கடவுளின் பெயரைப்போட்டுத் துணை என்றோ எழுதுவார்கள். ஆனால் ஐயர் தமது கடிதங்களின் முகப்பில் 'ஸ்வதந்திரலக்ஷ்மிப் பிரஸன்னம்' என்று எழுதினார். சுதந்தர லக்ஷ்மி அவரது நெஞ்சிலும் நினைவிலும் என்றும் பிரஸன்னமாக இருந்தாள்.

வ.வே.சு. ஐயர் இலண்டனில் இருந்துகொண்டே தமிழ்நாட்டில் சுதேசி இயக்கத்தை எப்படிச்செயல்படுத்தவேண்டும் என்று இந்தியா பத்திரிகையில் எழுதினார். சுதேசி இயக்கம் முதலில் கிராமங்களில்தான் செலுத்தப்படவேண்டும். அங்கங்கே சங்கங்கள் அமைத்து சுதேசி பொருள்களை ஆதரிக்க வேண்டும். அந்நியப் பொருள்களைத் தவிர்த்த வாழ்க்கையை மக்கள் பழகிவிட்டால் போதும். சுதந்தரம் அடைவது எளிது என்று எழுதினார். 'மனிதனுடைய எண்ணங்கள் உலகத்தி லிருக்கும் நீராவியின் ஸ்தானத்திலிருக்கின்றன. அடுப்பில் ஒரு பாத்திரத்தில் தண்ணீர் வைத்துச் சுடவைத்தால் நீராவியுண்டாகுந்தான். ஆனால் அந்த நீராவி, பெரிய இயந்திரங்களை நடத்தவும் பாரங்களைத் தூக்கவும் வண்டிகளை இழுக்கவும் சக்தியுள்ளதாகாது. வண்டிகளோடு பிணைக்கப்பட்ட இயந்திர வண்டியில்(இன்ஜினில்) அந்த நீராவியை உண்டாக்க வேண்டும். அது குழாய்கள் வழிச் சென்று பிஸ்டனில் பிரவேசித்து அதை ஓட்டவேண்டும். அந்தப் பிஸ்டனும் சக்கரங்களுடன் மோதி அவைகளை உருட்டும் படியான நிலையிலிருக்கவேண்டும். இவையெல்லாம் இவ்விதம் ஒன்றுசேர்ந்திருந்தால்தான், நீராவியானது இயந்திர வண்டியையோட்டும். அந்த வண்டி இதர வண்டிகளை இழுத்துக்கொண்டு குறிப்பிட்ட இடங்களுக்குச் செல்லும். அவ்விதமே தேசபக்தி எண்ணங்களும் வேறு உபகரணங்களில்லாமல் மனிதர் களுடைய மனத்தில் மாத்திரமிருக்கும் பக்ஷத்தில், யாதொரு பிரயோசனமான காரியங்களையும் செய்யா. அவற்றைப் பிரயோசன முள்ளனவாகச் செய்ய ஓர் உடல் வேண்டும். எனவே, இத்தகைய சங்கங்களை ஏற்படுத்துவது தற்காலத்தில் மிகவும் அவசியம்.'

உள்நாட்டுப் பொருள்களை மட்டுமே உபயோகப்படுத்துதல், ஆங்கிலக்கல்வியை விடுத்து இந்திய மொழிகளில் கல்வி போதித்தல், தேகப்பயிற்சி மார்க்கங்களான குஸ்தி, தண்டால், சிலம்பம்

முதலானவற்றைச் செய்யும்படி தூண்டுதல், கிராம மக்கள், ஆங்கிலேயரின் நீதிமன்றங்களுக்குப் போகாமல் உண்மைக்கும் நேர்மைக்கும் சான்றாக இருந்து தங்கள் வழக்குகளைத் தாங்களே தீர்த்துக்கொள்ளுதல். இதுபோன்ற காரியங்களைச் செய்யப் பத்துப்பேர் முனைந்து செய்தால், கிராமத்து மக்கள் சுயமாகச் சிந்திக்கத் தொடங்கி விடுவார்கள். அப்படியொரு நிலை ஏற்பட்டால் சுயராஜ்ஜியம் நமது ஹிஸ்துஸ்தானத்தில் ஏற்படும் காலம் நெருங்கிவிடும் என்று எழுதினார்.

பிரிட்டிஷ்காரர்கள் இந்தியச் செல்வங்களைச் சுரண்டித் தங்கள் நாட்டுக்குக் கொண்டுசென்றுவிடுவதாலே பாரத பூமியில் பலர் வறுமையில் வாடினர். அரைவயிற்றுக்கஞ்சி குடிக்கக் கூட வழியின்றி அவதிப்பட்டனர். தேசபக்தர்களுடைய கடமை தேசத்தை விடுதலை செய்யப் பாடுபடுவது மட்டுமல்ல. மனிதன் வேறு எதற்குக் கஷ்டப் பட்டாலும் ஆகாரத்துக்குக் கஷ்டப்படலாகாது. இத்தகைய தரித்திரம் மானத்தை மறக்கச் செய்கிறது. பாவத்தின் பேரிலிருக்கவேண்டிய அருவருப்பைப் போக்கிவிடுகிறது. புத்தியையும் மழுக்கிவிடுகிறது. இவ்வளவு கொடுமைகளை இழைக்கக் கூடிய இந்தக் கருப்புடன் போராடி அதை நீக்க வேண்டியது தேசாபிமானிகளுடைய, லோகோபகாரிகளினுடைய முக்கியமான கடமைகளில் ஒன்று என்றார் ஐயர்.

கொஞ்ச காலத்துக்கு நமது ஜனங்கள் வேறு நாடுகளுக்குச் செல்ல வேண்டும். வேறு நாடுகளுக்குச் சென்று தேயிலைத் தோட்டங்களிலும் கரும்புத்தோட்டங்களிலும் நம் நாட்டுமக்கள் அவதிப்படுவது ஐயருக்குத் தெரியும். அதனாலேதான் எந்தவிதத்தொல்லையும் இன்றி வருக வருக என்று வரவேற்று நிலமும் கொடுத்து நிதியுதவியும் செய்யும் பிரேஸில் நாட்டுக்குச் செல்லப் பரிந்துரைத்தார். பிரேஸிலில் குடியேறும் ஆண் ஒருவனுக்கு பத்து ஏக்கர் நிலம் இனாமாகவும் அதைச் சாகுபடி செய்வதற்கு வேண்டிய பணத்தைக் கடனாகவும் கொடுக்கி றார்கள். பத்துவருஷங்களில் கொஞ்சம் கொஞ்சமாகக் கடனைத் திருப்பிக்கொடுக்கவேண்டியது அவசியம். பெண்சாதியுடன் வருகிறவ னுக்கு 25 ஏக்கரும் அதற்கேற்பப் பணமும் கொடுக்கிறார்கள். அவ்விதம் குடியேறுகிறவர்களுக்கு இராஜாங்க உத்தியோகஸ்தர்களைத் தெரிந் தெடுக்கிற பாக்கியமும் உண்டு. இன்னும் எத்தனையோ அனுகூலங்கள் இருக்கின்றன என்றும் எழுதினார்.

போகவர ரயில், கப்பல் செலவும் கொடுப்பதால், பஞ்சத்தால் மடியும் நம்முடைய ஏழை ஜனங்களை அந்தத் தேசங்களுக்கு அனுப்ப ஏற்பாடு செய்ய முயலவேண்டும் என்று கோரிக்கை விடுத்தார்.அதற்காக யாரைத் தொடர்புகொள்ளவேண்டும் என்று முகவரியும் கொடுத்தார்.

இது தாற்காலிக வைத்தியம்தான் என்றும் நிலைமை சீர்ப்பட்ட பிறகு திரும்பிவர விரும்பினால் வரலாம் என்பது ஐயரின் அபிப்பிராயம்.

ஐயர் இலண்டனில் இருந்தபோது, மிண்டோ மார்லி சீர்திருத்தம் வெளியிடப்பட்டது. அதில் வைசராய் கவுன்ஸிலிலும் கவர்னர் கவுன்ஸிலிலும் இந்தியர்களுக்கு இடம் கொடுக்கப்பட்டிருந்தது. இந்தச் சீர்திருத்தத்தை மிதவாதக் கட்சியினர் ஆகா ஓகோவென்று கொண்டாடினர். ஆனால் அந்தச் சீர்திருத்தத்தில் உள்ள ஓட்டைகளையும் அதனால் பயன் ஏதும் இல்லை என்பதையும் ஐயர் தெளிவாக விளக்கினார். வைஸ்ராய் கவுன்ஸிலும் கவர்னர் கவுன்ஸிலிலும் அங்கம் வகிப்பவர்கள், சேனையின் செலவு பற்றியும் இரயில்வேயின் சேவை பற்றியும் பேசக்கூடாதென்று மார்லி சொல்லிவிட்டார். ஐயர் தம் அங்கத எழுத்தால் சாட்டையாகச் சொடுக்கினார். 'அந்த கவுன்ஸிலில் பேசக்கூடியது பாக்கி என்ன இருக்கின்றதோ தெரியவில்லை. ஸ்ரீரங்கம் கோயிலை இடித்துவிடலாமா அல்லது செலவைக் குறைக்கலாமா, அல்லது மடாதிபதிகளை அடித்துவிரட்டி அவர்கள் அதிகாரத்தை அடக்கலாமா என்பதைப் பற்றி என்னவேண்டுமானாலும் பேசலாம் போலிருக்கிறது. என்ன சீர்திருத்தம்? மிகவும் ஆச்சரியமான அதிகாரம் ஜனங்களுக்குக் கிடைத்துவிட்டதே!'

மனிதனை உணர்ச்சிவயப்படச் செய்வனவற்றுள், நாடு, மொழி, மதம், இனம் ஆகியவை முக்கியமானவை. ஆங்கிலேயர்கள் நாட்டைக் கைப்பற்றிக்கொண்டார்கள். சிறிது சிறிதாக ஆங்கிலத்தைப் புகுத்தித் தாய்மொழியில் பேசுவதே இழிவு என்ற நிலைக்கு மக்களைத் தள்ளிவிட்டார்கள். இனங்களுக்குள்ளே சண்டையை மூட்டிவிடுவதில் வல்லமை காட்டினார்கள்.

இந்தியச் செல்வங்களைச் சுரண்டுவதில் ஆங்கிலேயருக்கு இணை வேறு எவருமில்லை. இந்தியாவின் பாரம்பரியத்தையும் மறந்து இந்தியாவில் தாங்கள் எது வேண்டுமானாலும் செய்யலாம்; கேள்விகேட்பார் யாரும் இல்லை என்றும் துணிச்சல் பெற்றார்கள்.

எல்லாவற்றிலும் மிகக் கவனமாக அணுகவேண்டியது மதம். அதில் கை வைக்க முயன்றபோதுதான், சிப்பாய்கள் கொதித்தெழுந்தார்கள்; போரிட்டார்கள். 1857-ல் தொடங்கிய முதற்சுதந்தரப்போர் அவர்களைக் கதிகலங்கச் செய்தது. ஐம்பது ஆண்டுகள் அந்தத் திசைப்பக்கம் போக அஞ்சிக் கொண்டிருந்தவர்கள், மிதவாதிகள் தங்கள் இசைக்குத் தாளம் போடுவதைக் கண்டு அதில் கைவைக்க முன் வந்தனர்.

ஜப்பான் பலம் பெற்றுவந்த காலமது. ஹிந்துஸ்தானத்தின்மேல் அதன் பார்வை பட்டுவிடக் கூடாதென்பதற்காகவும் ஆசியாவின் பிற

பகுதிகளை களிப்பூட்டவும் நினைத்தார்கள். இதனால் இந்தியாவில் பத்திரமாகப் பாதுகாத்துவைக்கப்பட்டிருந்த புத்த பகவானின் புனித உடற்சின்னங்களை ஜப்பானுக்கும் மற்றவர்களுக்கும் கொடுக்க முனைந்தது ஆங்கில அரசு.

அதைக்கேள்விப்பட்டும் தங்கள் எதிர்ப்பைத் துணிவோடு வெளிக் காட்டாமல் தேசத் தலைவர்கள் என்று தம்மைச் சொல்லிக்கொண்ட வர்கள் அடங்கிக் கிடந்தனர். வ.வே.சு. ஐயரால் இந்தக் கொடுமையைப் பொறுக்கமுடியவில்லை.

1857-ல் நிகழ்ந்த சிப்பாய்ப் புரட்சியில் தொடங்கும் அந்தக் கட்டுரையிலிருந்து ஐயரின் சில வரிகள்:

'இன்றைக்குப் புத்தனுடைய சரீரத்துக்கேற்பட்டது நாளைக்குச் ஜகன்னாத்தில் இருக்கும். கண்ணபிரானுடைய விக்கிரகத்துக்கேற் படும். ஸ்ரீரங்கனாதனுக்கு வரும். திருப்பதி வெங்கடரமண விக்கிரகத் துக்கு ஏற்படும். காஞ்சி வரதராஜனுக்கு வரும், விழிப்பாய் இருப்பார் களாக! தேசபக்தர்கள் போராடுவார்களாக!

இதற்காகப் போராடாத ஜாதியார் உயிருடன் இருப்பதைவிட இறப்பது நலம். அவர்கள் பூமியில் இருப்பதில் பலனில்லை. கேவலம் பூமிக்குப் பாரமே!'

1909-ம் ஆண்டு நவம்பர் மாதம் இந்தியா சோஷியாலஜிஸ்ட் பத்திரிகையை வெளியிட்டதற்காக, அதன் பதிப்பாளர் மிஸ்டர் ஜி. ஆல்ட்ரெட் என்ற 22 வயது இளைஞன் கைது செய்யப்பட்டான். சுதந்தரப் பாதுகாவலர்களாகத் தம்மைப் பறைச்சாற்றிக்கொண்ட ஆங்கிலேயர்களின் இந்த அடாத செயலைச் சாடினார் வ.வே.சு. ஐயர்.

இங்கிலாந்திலும் உலகிலும் அவ்வப்போது நடைபெறும் நிகழ்ச்சிகளை உன்னிப்பாகக் கவனித்து மக்களின் கவனத்துக்குக் கொண்டுவருவது அவசியம் என்று கருதினால் அவற்றை உடனே 'இந்தியா' பத்திரிகைக்கு எழுதி அனுப்பி மக்களுக்கு எழுச்சியூட்டினார் ஐயர். அவர் எழுதி யிருக்காவிட்டால் இந்திய மிதவாதக் கட்சித்தலைவர்கள் இந்தியாவில் ஒருவிதமாகவும் இங்கிலாந்தில் வேறுவிதமாகவும் பேசிய செய்திகள் நமக்குக் கிடைத்திருக்காது. சுதந்தரக் காவலனாகத் தன்னைக் காட்டிக் கொண்டிருந்த இங்கிலாந்து ஸ்பெயினின் மக்கள் தலைவன் பிரான்ஸிஸ்கோ பெர்ரோவைச்சுட்டுக்கொன்றபோது, அதை ஆதரித்து இரட்டைவேடம் போட்டதை வெளிச்சப்படுத்தினார் ஐயர். சுதந்தரம் என்ற நிலையிலிருந்து இப்பொழுதுள்ள நிலையில் இருப்பது (preserve order) என்ற நிலைக்கு இங்கிலாந்து இறங்கியதைச் சுட்டிக்காட்டினார்.

'ஸ்பெயின் பெர்ரோவைச் சுட்டதற்கு இத்தாலியிலும் பிரான்ஸிலும் அமெரிக்காவிலும் ஜனங்கள் ஆத்திரமடைகிறார்கள். ஆனால் நம்முடைய மகா புருஷர்கள் திலகர், சிதம்பரம் பிள்ளை, சுப்பிரமண்ய சிவா, அசுவினிகுமார் தத் இன்னும் பலர் குரூரமாக நடத்தப்படும் பொழுது எத்தனை பேருக்கு ஆத்திரம் வருகிறது. இப்பொழுதாவது விழியுங்கள். உங்களுடைய கடமையைச் செய்யுங்கள். புழுக்கள் போலவும், புல் பூண்டுகள் போலவும் இராதீர்கள். புருஷர்கள் போல எழுந்திருங்கள். வந்தே மாதரம்' என்று எழுதினார் ஐயர்.

★

ஐயருடைய எழுத்துகளும் பேச்சுகளும் இலண்டன் போலீஸார் கவனத்துக்கு வந்தன.

சாவர்க்கர், ஐயர் இருவருடைய நடவடிக்கைகளையும் ஸ்காட்லாண்டு போலீஸ் மிகத் தீவிரமாகக் கண்காணிக்கத் தொடங்கியது. வழக்கறிஞர் தேர்வில் வெற்றிபெற்ற பிறகும்கூட, சாவர்க்கருக்கு வழக்கறிஞருக்கு உள்ள சன்னது கொடுக்கப்படவில்லை. அதற்காக அவர் போராடியும் பயனில்லை.

இந்திய முதல் சுதந்தரப்போர் கூட்டத்தில் எதிர்ப்புக்குரல் கொடுத்த விவகாரத்தில் நீதிமன்றத்தில் அவர் குற்றமற்றவர் என்று தீர்ப்பு வந்தாலும், போலீஸ் அவரைக் குற்றவாளியாகவே கருதிவந்தது.

எனவே, அவர் கைது செய்யப்படுவதற்குமுன் பாரீஸுக்குச் சென்று விடுவது நல்லது என்று நண்பர்கள் கருதினார்கள். அவர்கள் விருப்பத்துக்கிணங்க சாவர்க்கர் பாரீஸ் சென்றார்.

இந்தியா ஹவுஸ் நடவடிக்கைகளையும் இந்திய சுதந்தரச் சங்கத்தின் நடவடிக்கைகளையும் கவனித்துக் கொள்ளும் முழுப்பொறுப்பு ஐயரிடம் வந்தது.

★

1909-ம் ஆண்டு பிப்ரவரி மாதம் 28-ம் நாள் சாவர்க்கரின் மூத்த சகோதரர் பாபாராவ் சாவர்க்கர் பம்பாயில் கைது செய்யப்பட்டார். ஜூன் 8-ந்தேதி ஆயுள்தண்டனை விதிக்கப்பட்டது. பாபாராவ் சாவர்க்கருக்கு ஆயுள் தண்டனை கொடுத்தற்காக வஞ்சம் தீர்க்கப்பட்டது.

1909-ம் ஆண்டு டிசம்பர் மாதம் 21-ம் தேதி நாசிக் கலெக்டர் ஜேக்ஸன் அனந்த் கரே என்பவரால் கொல்லப்பட்டார். இந்தியா ஹவுஸில் முன்பு சமையற்காரராக இருந்த சதுர்புஜ் ஆமின் என்பவர் கைது செய்யப் பட்டார். லண்டனிலிருந்து அவர் கைத்துப்பாக்கிகளும் ரவைகளும்

கடத்தியதாக ஒப்புக்கொண்டார். இதில் வீரசாவர்க்கருக்கும் பங்குண்டு என்று கருதிய அரசு அவரைக் கைது செய்ய எண்ணியது. 1910-ம் ஆண்டு பாபாராவ் சாவர்க்கர் அந்தமானுக்கு அனுப்பப்பட்டார்.

தனது சகோதரர் இருவர் கைதாகிவிட்ட நேரத்தில் தான் தன் குடும்பத்துடன் இருப்பது நல்லது என்று கருதிய வீர சாவர்க்கர், நண்பர்களின் ஆலோசனையையும் மீறி பாரீஸிலிருந்து லண்டனுக்குப் பயணமானார். அவருக்குத் தெரியாமல் அவரைத் தொடர்ந்து கண்காணித்து வந்த இலண்டன் போலீஸ், 1910-ம் ஆண்டு மார்ச் மாதம் 13-ம் நாள் சாவர்க்கரைச் சிறையில் அடைத்தது.

வீர சாவர்க்கர் அனுப்பிய கைத்துப்பாக்கிதான் ஜாக்ஸன் கொலைக்குப் பயன்பட்டது என்று சொல்லி இந்திய போலீஸ் அவரை இந்தியாவுக்குத் திருப்பி அனுப்பும்படி வேண்டிக்கொண்டது.

அரிச்சந்திர கோரேகாவ்கர் எனும் மராட்டியர். வீர சாவர்க்கரின் நெருங்கிய நண்பர். நம்பிக்கைக்குப் பாத்திரமானவர். அவரும் சாவர்க்கருடன் இந்தியா ஹவுஸில் தங்கியிருந்தார். அவர் நல்ல பேச்சாளர். தேசிய உணர்வை ஊட்டும் வண்ணம் பேசக்கூடியவர். தனக்கு குவாலியர் சமஸ்தானத்திலிருந்து கிடைத்த உபகாரச் சம்பளத்தில் பெரும்பகுதியை, சுதந்தர இந்தியா இயக்கத்துக்காக அளித்துவந்தவர். 1909-ம் ஆண்டு இறுதியில் அவர் இந்தியா சென்றார். அங்கே சென்ற பிறகு என்ன காரணத்தாலோ அவர் மன நிலை மாறியது. இந்தியா ஹவுஸில் தங்கியிருந்த நண்பர்கள் அனைவரையும் குறிப்பாக வீரசாவர்க்கரையும் வ.வே.சு. ஐயரையும் போலீஸில் காட்டிக் கொடுத்துவிட்டார்.

'நான் இலண்டனில் இருந்தபோது, புரட்சி இயக்கத்தில் ஈடுபட்டிருந்தது உண்மை. நானும் என் தோழர்களும் இந்தியாவின் விடுதலைக்காக அல்லும் பகலும் உழைத்துவந்தோம். இங்கிலாந்திலுள்ள சுதந்தர அனுபவமே எங்களை அப்படிச் செய்யத் தூண்டியது. மேலும் நாங்களெல்லோரும் இளைஞர்கள். இந்தியா சுதந்தரமடையவேண்டும் என்கிற உணர்ச்சி மிகுதியால் பல வேலைகளில் ஈடுபட்டோம். இப்பொழுது தாய்நாடு திரும்பி, இங்குள்ள நிலைமையைக் கவனிக்கும்போது, நம் மக்கள் சுதந்தரத்துக்குத் தகுதியுடையவர்கள் அல்லர் என்ற முடிவுக்கு வந்துவிட்டேன். மேலும் சாவர்க்கர் கோஷ்டியார் இலண்டனில் செய்யும் முயற்சிகளால் இன்னும் பல இந்திய மாணவர்கள் என்னைப் போலவே அந்தக் கூட்டத்தாரிடம் சிக்கிக் கொள்வார்களாகையால், அந்த ஆபத்தைத் தடுக்க வேண்டும் என்று விருப்பம் கொண்டுள்ளேன். அதற்காக என்னுடைய சொந்த இஷ்டத்தின் பேரில் யாராலும் வற்புறுத்தப்படாமல், இந்த

வாக்குமூலத்தை எழுதுகிறேன்' என்று தொடங்கி ஆதியோடந்தமாக இலண்டனில் நடந்த கிளர்ச்சிகளின் வரலாறு முழுமையையும் எழுதி, இந்தியப் போலீஸ் அதிகாரிகளிடம் கொடுத்துவிட்டார். கோரேகாவ்கரின் விசாரணையில் கண்டிருந்த இரண்டாவது பேர்வழி, நம் வ.வே.சு. ஐயர். 120 தட்டச்சுப் பக்கங்களில் தனது வாக்குமூலத்தைக் கொடுத் திருந்தார் கோரேகாவ்கர். அந்த வாக்குமூலம், சாவர்க்கரை நாசிக் கொலைவழக்கில் சிக்கவைக்கும் முக்கிய ஆதாரமாயிற்று. ஐயரின் பெயரும் அதில் இருந்ததால் அவரையும் ஆபத்து நெருங்கிக் கொண்டிருந்தது.

இலண்டனில் சாவர்க்கர் சிறையில் இருந்தபோது, ஐயர் அவரை அடிக்கடி சென்று பார்த்தார். அவர் அப்படிச் சென்று பார்த்ததை காவல் துறையினர் கண்காணித்து வந்தனர். சாவர்க்கரை இந்தியாவுக்குக் கொண்டு செல்லும் கப்பல், பிரான்ஸில் உள்ள மார்செல்ஸ் துறை முகத்தில் நின்றுதான் செல்லும். அங்கே அவரைத் தப்பிக்க வைக்கும் ஏற்பாடுகள் பற்றிப் பேசினர். சாவர்க்கர் ஐயரை உடனே பாரீஸ் செல்லும் படியும் இனித் தன்னைச் சிறையில் வந்து சந்திக்கவேண்டாம் என்றும் கூறினார்.

அந்தச் சந்திப்பைப் பற்றி சாவர்க்கரே எழுதியிருக்கிறார்.

'வ.வே.சு. ஐயர் என்னைச் சந்திக்க வந்தார். அவருடைய தாடி மார்புவரை நீண்டிருந்தது. அவருடைய உருவம் முற்றிலும் மாறி யிருந்தது. தியாகத்தின் உருவமாக விளங்கினார். பாரீஸை விட்டு வந்திருக்கவேண்டாமே என்றார். இனி நடந்ததைப் பற்றிப் பேசிப் பயனில்லை. நடப்பதைப் பார்க்கலாம் என்றேன். மேலே ஆற்ற வேண்டிய செயல்களைப் பற்றிப் பேசிக்கொண்டு இருந்தபோது சிறை மணியடித்தது. வார்டர்கள் மணியடித்துக்கொண்டே வந்தனர். நாங்கள் மிகுந்த வருத்தத்துடன் ஒருவரையொருவர் நோக்கினோம். அதற்குப் பிறகு நாங்கள் பார்ப்போமா அல்லது அதுதான் கடைசி முறையோ என்று நினைத்தேன். கண்ணீர் பெருகியது. பகவத் கீதையைப் பராயணம் செய்யும் நாம் அழக்கூடாது என்று சொல்லிக்கொண்டோம்.'

ஐயர் செயல் வீரர். எனவே, இந்தியா செல்லும் வழியில் தன்னை மீட்க எப்படியும் ஏற்பாடு செய்வார் என நம்பினார் சாவர்க்கர். ஐயர் தலைமையில் சாவர்க்கர் வழக்கை நடத்துவதற்குத் தேவையான நிதி திரட்டுவதற்காக ஒரு குழு இலண்டனில் 1910-ம் வருடம் மார்ச் மாதம் 20-ம் தேதி அமைக்கப்பட்டது.

சேஷகிரி ராவ் என்றொருவர் லண்டனில் இருந்து 1910-ம் வருடம் ஜனவரி மாதம் இந்தியாவுக்கு வந்தார். அவரை மடக்கிய இந்திய

போலீஸார் அவருடைய பெட்டியிலிருந்து ஒரு பிஸ்டலும் ரவைகளும் சில குறிப்பேடுகளும் இருந்ததாகச் சொல்லி அவரைக் கைது செய்தார்கள். அவர் தண்டனையில் இருந்து தப்பிப்பதற்காக ஐயரைக் கடுமையகச் சாடி பல செய்திகளைச் சொன்னார்.

தமிழ்நாட்டில் ஈரோட்டில் பிறந்த அவர், இந்திய அரசில் சானிட்டரி இன்ஸ்பெக்டராக வேலை செய்துவந்தார். மேற்கொண்டு படிப்பதற்காக ஒருவருடம் விடுப்பெடுத்துக்கொண்டு லண்டன் வந்திருந்தார். அங்கே அவருடைய அறைக்கு ஐயர் அடிக்கடி வருவாராம். எந்தக்காரணம் கொண்டும் அரசு வேலையை விடக்கூடாதென்றும் அவர் அரசு வேலையில் தொடர்வது அவர்களுக்குச் சாதகமாக இருக்கும் என்றும் ஐயர் சொன்னாராம்.

சுவிட்சர்லாந்து பேலஸில் நடந்த கூட்டதில் ஆயுதங்களை இந்தியா வுக்குக் கடத்திப் புரட்சியைத் தூண்டவேண்டும். மார்லி பிரபுவைக் கொல்லும் படி அவரை வற்புறுத்தினார்கள். அவர் மறுத்துவிடவே அதற்கு மாற்றாகத் தன்னிடம் 25 பிஸ்டல்களும் பாரீஸில் இருந்த திருமலாச்சார் என்பவருக்கு ஒரு கடிதமும் கொடுத்தனுப்பினார்களாம். திருமலாச்சாரை பாரீஸில் சந்தித்து தனது பெட்டியில் மாற்றங்கள் செய்து, அதில் பல தஸ்தாவேஜுகளை வைத்ததாகவும் அதில் வேறு என்ன இருந்தது என்று தமக்குத் தெரியாதென்றும் இன்னும் இரண்டாண்டுகளில் சாவர்க்கரும் ஐயரும் பிரிட்டிஷ் அரசுக்கு எதிராக பெரிய அளவில் போர்த்தொடுக்கத் திட்டமிட்டிருப்பதாகவும் சொன்னார்

இந்த வாக்குமூலத்தின் அடிப்படையில் ஐயரை லண்டனிலேயே கைது செய்ய ஆணைகள் பறந்தன.

இதையறியாமலேயே இலண்டனிலிருந்து பாரிஸுக்குச் செல்லத் தயாரானார் ஐயர். இந்தியா ஹவுஸைக் காலிசெய்துவிட்டு ஒரு ஹோட்டலில் தங்கினார். அங்கேயும் அறையைக் காலிசெய்துவிட்டு, ஒரு சூட்கேசைத் தூக்கிக்கொண்டு வெளியே வந்தார். ஹோட்டல் வரவேற்பறையில் இருந்த பெண்ணிடம் சாவியைக்கொடுத்தார். அவரது கையில் கம்பராமாயணப் புத்தகம் இருந்தது. அதைப்பார்த்து அப்பெண், 'அது என்ன புத்தகம்?' என்று கேட்டாள்.

'இது உலகத்திலேயே பெரிய கவி கம்பன் எழுதிய புத்தகம்' என்று சொல்லிக்கொண்டே புத்தகத்தை சூட்கேஸில் வைத்தார்.

'இன்று நீங்கள் வித்தியாசமாகத் தெரிகிறீர்கள்' என்றாள் அவள்.

'ஆமாம். வித்தியாசமாக உடையணிவது எனக்குப் பிடிக்கும்' என்றார் ஐயர்.

அன்று ஒரு சீக்கியர்போல உடையணிந்திருந்தார். அவரது பெட்டியில் கொட்டை எழுத்தில் வி.வி.எஸ். என்று எழுதப்பட்டிருந்தது.

அங்கிருந்து கிளம்பி புகைவண்டி நிலையத்துக்குச் சென்றார். அவர் புகைவண்டி நிலையத்துக்குள் செல்லவும் இரயில் கிளம்பவும் சரியாக இருந்தது. இரயில் நிலையத்திலும் சாதாரண உடையில் போலீஸார் அவரைக் கைது செய்யக் காத்திருந்தனர். அவர்களுக்குக் கொடுக்கப் பட்டிருந்த புகைப்படத்தில் ஐயர் கோட்டும் சூட்டும் அணிந்திருந்தார். அதுதவிர அவர் தென்னிந்தியப் பிராமணன் என்றும், குடுமி வைத் திருக்கக்கூடும் என்றும் அவரைப்பற்றி விவரம் கொடுத்திருந்தார்கள்.

இரயில் வண்டியில் ஏறி துறைமுகம் சென்றார். ஆம்ஸ்டர்டேம் செல்வதற்காக ஒரு கப்பல் தயாராக இருந்து. அதில் ஏறி அமர்ந்தார். ஆம்ஸ்டர்டேம் சென்று பாரீஸ் செல்வார் என்று ஒற்றர்கள் எதிர்பார்த் திருக்க மாட்டார்கள். வேறு கப்பல்களில் தேடிவிட்டு போலீஸ் அதிகாரி ஒருவர் ஆம்ஸ்டர்டேம் கப்பலிலும் அவரைத் தேடினார். ஐயரின் அருகில் வந்து நின்றார். அவர் கையிலிருந்த சூட்கேஸில் இருந்த வி.வி.எஸ். என்ற எழுத்துகள் அவனுக்கு ஐயத்தைக் கொடுத்திருக்க வேண்டும். ஒரு தபால் உறையைக் கையில் எடுத்து

‘மிஸ்டர் ஐயர், இந்த கவர் உங்களுக்கு வந்திருக்கிறது’ என்றார்.

அதை வாங்கிப்பார்த்த ஐயர், ‘இது வி.வி.எஸ். ஐயருக்கல்லவா வந்திருக்கிறது. நான் வி.வி.எஸ்.ஐயரில்லை’ என்றார்

‘உங்கள் பெட்டியில் வி.வி.எஸ். என்று எழுதியிருக்கிறதே?’ என்று கேட்டார் போலீஸ்

‘ஓ, அதுவா, என் பெயர் வீர் விக்ரம் சிங்’ என்றார் ஐயர்.

அவருடைய தலைப்பாகை, கையில் போட்டிருந்த காப்பு, தடி ஆகியவற்றைப் பார்த்துத் தாம் தேடிவந்த ஆள் அவர் இல்லை என்று எண்ணி அவரிடம் மன்னிப்புக் கேட்டுவிட்டுச் சென்றுவிட்டார்.

ஆம்ஸ்டர்டேமிலும் தொல்லை தொடர்ந்தது. ஒருவன் அவரிடம் அன்பு பாராட்டுபவன்போல் பழகி தேநீர் அருந்த அழைத்தான். அவன் ஒற்றன் என்றறிந்த ஐயர் தனக்குத் தொழுகைக்கு நேரமாயிற்று என்று சொல்லி பாரீஸுக்குச் சென்றார்.

அங்கே மேடம் காமாவுடன் தங்கினார். அங்கே பாரீஸ் குழுவில் இணைந்து செயலாற்றினார். அங்கே சியாமாஜி கிருஷ்ண வர்மாவும் இருந்தார். ஆனால் சியாமாஜியின் பயங்கரவாத மனநிலை மாற்றம் கண்டது ஆயுதப்போராட்டக் கொள்கை கவைக்குதவாது என்று

முடிவெடுத்தார். வன்முறையற்ற சாத்வீகப் போராட்டம்தான் தக்கது என்ற கொள்கைக்கு மாறினார். ஆனால் மேடம் காமா தனது கொள்கையில் இன்னும் தீவிரமாக நின்றார்.

சாவர்க்கரை இந்தியா கொண்டு செல்வதற்கு ஏற்பாடயிற்று. எஸ்.எஸ்.மோரியா என்ற கப்பலில் அவரை அழைத்துச் சென்றனர். இந்தியா சென்றால் அவருக்கு மரணதண்டனையோ நாடு கடத்தலோ உறுதி. எனவே, அவர் இந்தியா செல்லும் வழியிலேயே ஏதாவது செய்து தப்பிக்க வைக்கவேண்டும் என்று ஐயர் திட்டம் போட்டார்.

வீர சாவர்க்கரை அழைத்துச் செல்லும் கப்பல், பிரான்ஸில் உள்ள மார்ஸெல்ஸ் துறைமுகத்தில் ஓர் இரவு தங்கிச் செல்லும். அதைப் பயன்படுத்திக் கொள்ள வேண்டும். கப்பல் மார்செல்ஸ் வந்து சேர்ந்தது. குறிப்பிட்ட நேரத்தில் சாவர்க்கரைக் காவல் காத்துக் கொண்டிருந்த போலீஸ்காரரிடம் கழிப்பறைக்குச் செல்ல வேண்டும் என்றார். அவரும் அனுமதித்தார். கழிப்பறைக்குள் சென்ற சாவர்க்கர், போலீஸ்காரர் பார்க்க இயலாவண்ணம் கழிப்பறைக் கண்ணாடிக்கதவின் மேல் தன் உடைகளைப் போட்டு மறைத்தார். கழிப்பறையில் காற்றுக்காக ஒரு வட்டமான துவாரம் வைத்திருந்தனர்.. அதை மெதுவாகப் பெயர்த்து அதன் வழியாகக் கடலில் குதித்தார். ஆடையின்றி நிர்வாணமாக அந்த அதிகாலை நேரத்தில் நீந்திச் சென்றார். அவர் கடலில் நீந்திச் செல்வதைப் பார்த்த போலீஸ்காரர் சத்தமிட சில போலீஸ்காரர்கள் கடலில் குதித்து அவரைப் பிடிக்க முயன்றனர். சாவர்க்கர் அவர்களைவிட வேகமாக நீந்திக் கரையேறினார். காவலர்களும் கரையேறி அவரைத் துரத்தினர். திருடன் திருடன் என்று கத்திக்கொண்டே துரத்தினர்.

திட்டமிட்ட படி மேடம் காமாவும் வ.வே.சு. ஐயரும் காரில் வந்து கொண்டிருந்தனர். அவர்கள் வந்து சேருவதற்குள் பிரெஞ்ச் போலீஸ் காரர் ஒருவர் சவர்க்கரைப் பிடித்துவிட்டார். ஐயரும் காமா அம்மையரும் ஓரிரு நிமிடங்களுக்கு முன் வந்திருந்தால் சாவர்க்கர் காரில் ஏறியிருப்பார். பிரெஞ்சு எல்லையில் சாவர்க்கரை ஆங்கில போலீஸார் பிடிப்பது சட்ட விரோதம் என்று ஐயர் வாதாடினார். ஆனால் பிரெஞ்சு காவலர் சாவர்க்கரை ஆங்கிலக் காவலர்களிடம் ஒப்படைத்து விட்டார். சாவர்க்கர் இந்தியாவுக்குக் கொண்டு செல்லப் பட்டார்.

சாவர்க்கர் விடுதலைக் குழு என்ற ஓர் அமைப்பை உருவாக்கி வீர சாவர்க்கரைப் பிரெஞ்ச் எல்லையில் பிடித்தது செல்லாது என்று போராடினர் ஐயர். பிரெஞ்சுப் பத்திரிகைகள் பல ஆதரித்துச் செய்தி வெளியிட்டன. பிரெஞ்சு நாடாளுமன்றத்தில், சோஷலிஸ்ட் தலைவர் ஜீன் ஜாரஸ் ஓர் அவசரத் தீர்மானம் கொண்டு வந்தார். சாவர்க்கரை

பிரான்ஸிடம் ஒப்படைக்கவேண்டும் என்பதுதான் அத்தீர்மானம். சாவர்க்கரைத் தங்களிடம் ஒப்படைக்க வேண்டுமென்று பிரெஞ்சு அரசாங்கம் பிரிட்டிஷ் அரசைக் கேட்டது. ஆனால் பிரிட்டிஷ் அரசு ஒப்படைக்க மறுத்துவிட்டது. சர்வதேச சோஷலிஸ்ட் மாநாடு டென்மார்க் தலைநகர் கோபன்ஹேகனில் நடைபெற்றது. அம்மாநாட்டில் சாவர்க்கர் விஷயம் பேசப்பட்டு சாவர்க்கரை பிரெஞ்ச் அரசிடம் ஒப்படைக்கவேண்டும் என்று தீர்மானம் நிறைவேற்றப் பட்டது. அம்மாநாட்டுக்கு பாரீஸ் குழு வ.வே.சு. ஐயரை அனுப்பி யிருந்தது.

பார்வையாளராக அதில் கலந்துகொண்டார்

சர்வதேச அமைப்பாகிய ஹேக் ட்ரிப்யூனலில் சாவர்க்கர் மீட்பு பற்றிந் வழக்குத் தொடரப்பட்டது. சாவர்க்கரைப் பிரெஞ்சு மண்ணில் பிடித்தது சரியில்லை என்று சுட்டிக்காட்டினாலும் தீர்ப்பு என்னவோ பிரிட்டனுக்குச் சாதகமாகத்தான் கொடுக்கப்பட்டது. ஏற்கெனவே கருவிக்கொண்டிருந்த இந்திய அரசாங்கம், சாவர்க்கர் வழக்கைத் தனிக் கோர்ட் அமைத்து விசாரித்தது. விளக்கமளிக்க வாய்ப்புக் கொடுக்கப் படவில்லை. ஜூரர்கள் கிடையாது. அவருக்கு இரட்டை ஆயுள் தண்டனையும் தீவாந்திரத் தண்டனையும் அளிக்கப்பட்டன. ஐம்பது வருடங்கள் சிறைவாசம். அவருக்குக் கொடுத்திருந்த பித்தளை அடையாளத் தகட்டில் அவர் விடுதலையாகும் ஆண்டு 1960 என்று கொடுக்கப்பட்டிருந்தது.

மேடம் காமா ஓர் அறக்கட்டளை அமைத்தார். அதன் அறங்காவலர் களில் ஒருவராக ஐயர் நியமிக்கப்பட்டார். இந்த அறக்கட்டளைக்குக் கணிசமான வைப்புத் தொகை மேடம் காமா அளித்தார். அந்நிதி யிலிருந்து வ.வே.சு. ஐயருக்கு மாதம் 50 பிராங்குகள் வழங்கப்பட்டன.

கிட்டத்தட்ட ஏழு மாத காலம் பாரீஸில் இருந்தார்.

அத்தியாயம் 7

'அப்பா, அவரிடமிருந்து லெட்டர் வந்திருக்கிறது' என்றாள் பாக்கியலக்ஷ்மி அம்மாள்.

'என்ன எழுதியிருக்கான். நம்மளயெல்லாம் பார்க்க வரானா?' என்று கேட்டார் வேங்கடேச ஐயர்.

'என்னைப் பாரீஸுக்கு வரச்சொல்லி எழுதியிருக்கிறார்.'

'வேறே வேலையில்லை.'

'பசுபதி அண்ணா கொண்டு விடறதுக்கு ஏற்பாடு பண்றாராம்.'

'நீயும் அங்கேபோய் அவஸ்தைப்படணுமா?'

'எப்படியும் போங்கோ' என்று கோபமாக இறைந்துவிட்டு உள்ளே சென்றார் அவர்.

மகன் மேல் அதீதப் பாசம் கொண்ட தந்தை அவர். கிடைக்க இருந்த பட்டத்தையும் துறந்துவிட்டு மகன் தேச சேவை செய்கிறான் என்று கேள்விப்பட்டதும் கலங்கிப்போனார். தேசபக்தர்கள் அடிபடுவதும் சிறையில் தள்ளப்படுவதும் அவர் அடிக்கடி காண்கிற காட்சி.

திருச்சி நகரில் தினசரி ரகளைதான். வெளிநாட்டில் பையன் இருந்தாலும் போலீஸ் அடிக்கடி அவர் வீட்டை முற்றுகையிட்டது. அவரைக் கேள்விமேல் கேள்விகேட்டுத் தொந்தரவு செய்தது. அவருடைய

சொத்துகள் பறிமுதல் செய்யப்படும் என்று பேசிக்கொண்டார்கள். எனவே, ஐயருக்குச் செய்தி அனுப்பிப் பூர்வீகச் சொத்தில் பங்கு வேண்டாம், தனக்கும் பூர்வீகச் சொத்துக்கும் இனி யாதொரு சம்பந்தமும் இல்லை என்று எழுதி வாங்கிக்கொண்டார்.

இந்த நிலையில் ஐயரின் மகள் பட்டுவுக்கு உடல் நிலை சரியில்லாமல் போய்விட்டது. அந்தப் பெண்ணை ஒரு வீராங்கனையாக வளர்க்க வேண்டும் என்று ஐயர் ஆசைப்பட்டார். ஊருக்குக் கடிதம் எழுதும் போதெல்லாம், எப்பொழுதும் வந்தே மாதரம் சொல்ல வேண்டும் என்று மகளுக்குத் தனியாக எழுதுவார். அந்தக்குழந்தையும் உரக்க 'வந்தேமாதரம்' என்று சொல்லும். அதைக்கேட்டுத் தாயும் தாத்தாவும் மகிழ்வதற்குப் பதில் அஞ்சுவார்கள். அதனால் அந்தக் குழந்தை சீமை அப்பா சொன்னதைச் செய்யவேண்டுமென்பதற்காக மனத்துக்குள் 'வந்தே மாதரம்' என்று சொல்லிக்கொண்டே இருக்கும்.

அந்த அன்பான மகள் நோய்வாய்ப் பட்டாள். போலீஸ் கண்காணிப் பின் காரணமாக டாக்டரிடம் அடிக்கடி சென்று காட்டவும் இயல வில்லை. நோய் குணமாகாமல் அவள் இறந்தாள். அந்தச் செய்தி ஐயரை மிகவும் வாட்டியது.

பாக்கிய லக்ஷ்மியம்மாளையும் போலீஸ் தேடியது. எனவே, யாருக்கும் தெரியாமல் உறவினர் வீட்டில் வசித்துவந்தாள்.

இந்த நிலையிலேதான் பாரீஸுக்கு வரச் சொல்லி கடிதம் வந்தது. அவரது பெரியப்பா மகன் பசுபதி அதற்கு ஏற்பாடுகள் செய்வதில் முனைந்தார். ஆனால் அவருக்கு ஒரு விபத்து நேர்ந்தது. அதனால் பாரீஸ் பயணம் தடைப்பட்டது. ஒருவேளை பாக்கியலக்ஷ்மி பாரீஸ் சென்றிருந்தால் ஐயர் அங்கேயே தங்கியிருக்கக்கூடும்.

சிலநாள்கள் கழித்து பிரேஸிலுக்கு வருமாறு கடிதம் வந்தது. பாக்கியத்துக்கு என்ன செய்வதென்று புரியவில்லை. அவருக்கு வரும் கடிதங்கள் அதிகாரிகளால் பிரிக்கப்பட்டே பிறகே வரும். எனவே, ஐயர் பிரேஸிலுக்குப் போயிருக்கிறார் என்று அறிந்து அங்கே ஒற்றர் படை விரைந்தது.

ஒருநாள் மேடம் காமா அம்மையாரிடமிருந்து ஒரு கடிதம் வந்தது. ஐயரை நீண்ட பயணம் ஒன்றுக்கு அனுப்பியிருப்பதாகவும் கவலைப் படாமல் இருக்கும் படியும் எழுதியிருந்தார்.

இதற்கிடையில் ஐயர் இந்தியாவுக்குச் செல்லத் திட்டமிட்டார். பாண்டிச்சேரி, பிரான்சின் ஆளுகையில் இருந்ததால் அங்குச் செல்ல விரும்பினார். காவலர்கள், ஒற்றர்கள் கண்ணில் படாமல்

செல்வதற்காகச் சில திட்டங்கள் தீட்டினார். அதற்காகத் தன்னைத் தயாரித்துக்கொண்டார். அவருடைய தாடி அவருக்கு மிகவும் உதவியாக இருந்தது. உருது அவருக்குத் தெரியும். முஸ்லீம்கள் தொழும் முறையையும் அவர்கள் ஜபம் செய்யும் பொழுது சொல்லும் சொற்றொடர்களையும் அதன் சரியான உச்சரிப்போடு கற்றுக்கொண்டார்.

பெர்லின், ஜெனீவா ஆகிய இடங்களுக்குச் சென்றதாகச் சொல்லப்படுகிறது. ரோமுக்குச்சென்றார். பாண்டிச்சேரிக்குத் தான் வருவதை முன்கூட்டியே மண்டையம் சீனிவாசாச்சாரியாருக்குத் தெரிவிக்க நினைத்தார். நேரடியாக எழுதினால் ஒற்றர்கள் கண்டுபிடித்து விடுவார்கள் என்று ரோமில் தாந்தேயின் டிவைன் காமெடி என்ற புத்தகத்தையும் ஓர் அகராதியையும் வாங்கி அனுப்பினார்.

ஒரு பார்ஸி கனவானாகப் பயணம் செய்தார். பிறகு ஒரு இஸ்லாமியராக முறைப்படி தொழுகை செய்து கப்பலில் பயணம் செய்துகொண்டிருந்தார். அவருடைய ஈடுபாட்டைக் கண்டு உடன் பயணம் செய்த இஸ்லாமியர் அவரிடம் மரியாதை காட்டினர். அங்கிருந்து பம்பாய் சென்று பின்பு கொழும்பு சென்றதாகச் சொல்லப்படுகிறது.

கொழும்புவிலிருந்து குல்லாயணிந்த இஸ்லாமியர் வேஷத்தில் கடலூர் வந்து சேர்ந்தார். சுதேசிகளும் காவலர்களும் அவரை பாண்டிச்சேரித் துறைமுகத்தில் எதிர்பார்த்துக் காத்திருந்தனர். ஆனால் அவர் கடலூரில் இறங்கித் தரைமார்க்கமாக 1910-ம் ஆண்டு அக்டோபர் மாதம் 9-ம் நாள் பாண்டிச்சேரி வந்து சேர்ந்தார். சீனிவாசாச்சாரியார் வீட்டை விசாரித்தறிந்து அங்குச் சென்று ஆச்சாரியாரைச் சந்தித்தார். அவரிடம் 'தாந்தே வந்தாரோ?' என்று கேட்டதும் ஆச்சாரியர் வந்திருப்பது யாரென்று தெரிந்துகொண்டார். அவர் வந்திருக்கும் மாறுவேடத்தைப் பார்த்து வியப்பில் ஆழ்ந்தார். வந்தவரைக் கட்டிக்கொண்டார்.

பாரீஸிலிருந்து அவர் தப்பி வந்த விவரங்களைக் கேட்டறிந்தார். அவரது வீரச் செயல்களையும் சமயோசித நடவடிக்கைகளையும் கேட்டதும் அவர்மேல் இருந்த மதிப்பு இன்னும் அதிகமாயிற்று. மிகவும் களைத்து வந்திருந்ததால் அவரை உண்ணுவதற்கு அழைத்தார். அவர் உள்ளே வந்தபோது பார்த்த சீனிவாசாச்சாரியாரின் தாயார், தன் மகன் ஓர் இஸ்லாமியருடன் பேசிக்கொண்டிருந்ததைக் கவனித்தாள். அவரைச் சாப்பிடுவதற்குத் தன் மகன் அழைத்துவந்திருப்பது அவளுக்குச் சினமளித்தது. அவர் யாரென்று சொல்லி அவரது வீர தீரச் செயல்களை ஆச்சாரியார் விளக்கிச் சொன்னதும் அந்த அம்மையார் வெறுப்புமாறி மிக விருப்போடு பரிமாறினார். உணவு உண்டதும் அவரை அழைத்துக் கொண்டு பாரதியார் வீட்டுக்குச் சென்றார்.

பாரதியாருக்கு ஐயரை முதலில் அடையாளம் தெரியவில்லை. ஆனால் அன்று வரப்போகிறார் என்று மட்டும் தெரியும். அவரை வரவேற்ப தற்காக ஒரு கூட்டம் பாண்டிச்சேரித் துறைமுகத்துக்குச் சென்று திரும்பிவந்ததும் தெரியும். ஆச்சாரியார் அவரை அறிமுகப்படுத்தியதும் பாரதியின் மகிழ்ச்சி கரை புரண்டோடியது.

'நமது லண்டன் நிருபரா, வ.வே.சு. ஐயரா' என்று சொல்லிக்கொண்டே அவரைக் கட்டித்தழுவிக்கொண்டார்.

பாரீஸிலிருந்து பார்ஸி, முஸ்லீம் வேடங்களில் அவர் தப்பிவந்த கதையைக் கேட்டதும் 'பலே பாண்டியா' என்று கத்தினார் பாரதி. அவர் வாயிலிருந்து பாடல்கள் பிரவாகமாக வெளிவந்தன. பாரதியின் கவித்துவத்தையும் தேசபக்தியையும் நன்கு அறிந்த ஐயர், அன்று பாரதி பாடிய பாடல்களைக்கேட்டு உணர்ச்சிவயப்பட்டார்.

பாரதி தங்கியிருந்த ஈஸ்வரன் தர்மராஜா கோயில் தெருவிலேயே ஐயருக்கும் வீடு கிடைத்தது.

புதுச்சேரிக்கு வந்துவிட்டதாகவும் உடனே புறப்பட்டுவந்து சேரும் படியும் மனைவி பாக்கியலக்ஷ்மிக்குக் கடிதம் எழுதினார். அவர் கடிதம் கண்டதும் பாக்கிய லக்ஷ்மி புதுச்சேரி வந்து சேர்ந்தாள்.

வருவார் என்று மகிழ்ந்து வரமாட்டார் என்று வருந்தியும் மனப் போராட்டங்களுக்கிடையே வாழ்ந்து கொண்டிருந்த பாக்கியலக்ஷ்மிக்கு அம்மனப்போராட்டங்களே தைரியத்தைக் கொடுத்திருந்தன. கணவனைக் கண்ட மகிழ்ச்சியில் கொஞ்சநஞ்சம் இருந்த அச்சமும் விலகியது. ஒரு வீரத்தலைவரின் மனைவியாக, தைரிய லக்ஷ்மியாக வாழ்ந்தாள். பாரதியின் மனைவி செல்லம்மாளுக்கு உற்றத் துணையாக விளங்கினாள்.

பாண்டிச்சேரிக்கு வந்ததும் தாம் புதுச்சேரிக்கு வந்துவிட்டதாக ஸ்காட்லாண்ட் போலீஸுக்குத் தந்தி கொடுத்தார். அவரைத் தீவிரமாகக் கண்காணிக்கும் படி இந்திய போலீஸாருக்கு உத்தரவுகள் பறந்தன. ஏற்கெனவே இந்தியா ஹவுஸைப்பற்றி ஐயர் குறிப்பிட்டதைப்போல, அவரது வீட்டைச் சுற்றி எப்பொழுதும் காவலர்கள் இருந்ததால் திருட்டு பயம் இல்லை.

புதுச்சேரியில் இரண்டு மாமணிகள் இருந்தார்கள். இப்பொழுது ஐயரின் வரவால் மும்மாமணிகள் - (பாரதி, அரவிந்தர், ஐயர்)- ஆகி விட்டார்கள். ஒவ்வொருவரும் ஒவ்வொரு வழியைப் பின்பற்றி னாலும் தேசபக்தியும் தெய்வபக்தியும் அம்மூவரையும் இணைத்தன. அரவிந்தர் பொதுவாக இருக்கும் இடத்தைவிட்டு வெளியில் வருவ

தில்லை. ஆனால் ஐயரும் பாரதியும் பெரும்பாலும் மாலைப் பொழுதுகளை அரவிந்தருடன் கழித்தனர். அரவிந்தரின் யோக தரிசனம் அவர்கள் இருவரையும் ஈர்த்தது.

புதுச்சேரி வந்த பின்னும் ஐயர் தனிநபர் பயங்கரவாதக் கொள்கையை விடவில்லை. புதுச்சேரியில் இருந்த தர்மாலயத்துக்குச் சென்று தேகப்பயிற்சி செய்வார். இளைஞர்களுக்குத் தேகப்பயிற்சியும் ஆயுதப்பயிற்சியும் கொடுக்கவேண்டும் என்ற கொள்கையுடைய ஐயர், பல இளைஞர்களைத் திரட்டி அவர்களுக்குப் பயிற்சி அளித்துவந்தார். அங்கே பாரதியாரும் அடிக்கடி செல்வதுண்டு. எப்பொழுதாவது அப்பயிற்சிகளில் கலந்து கொள்வதுண்டு.

பாண்டிச்சேரியிலும் ஐயரைக் கவனிக்கப் பத்து ஒற்றர்களுக்கு மேல் நியமிக்கப்பட்டனராம்.

கர்ஸான் வைலி கொலைக்கும் ஐயருக்கும் தொடர்பிருப்பதாகச் சொல்லி அவரைத் தங்களிடம் ஒப்படைக்கச் சொல்லி ஆங்கில அரசு கேட்டது. ஆனால் பிரெஞ்ச் நிர்வாகம் மறுத்துவிட்டது.

எனவே, ஆங்கில அதிகாரிகள் வேறு முறைகளில் முயன்று பார்த்தனர்.

திருச்சி செயின்ட் ஜோசப் கல்லூரியில் ஐயருக்குப் பேராசிரியர்களாக பெட்ரோம், ப்ருவோட் என்ற இரண்டு பாதிரியார்கள் இருந்தனர். ஐயரின் ஆங்கில அறிவையும் அபாரத்திறமையையும் கண்டு அவரிடம் தனி அக்கறை கொண்டவர்கள். அவர்களும் ஐயருடன் கடிதத் தொடர்பு கொண்டனர்.

'இனி அரசியலில் கலப்பதில்லை என்று சொன்னால் போதும், எப்படியாவது ஆங்கில அதிகாரிகளிடம் சொல்லி அவர்கள் மனத்தைக் கனியவைத்து இந்தியாவில் மற்றவர்களைப்போல வாழவைக்கிறோம்' என்று எழுதினர். மிகவும் மரியாதையோடும் வணக்கத்தோடும் அவர்களுக்குப் பதில் எழுதினார் ஐயர். தேசத்தொண்டுதான் உயிர்மூச்சு என்றும் அதைவிட இயலாதென்றும் உறுதியாகச் சொல்லிவிட்டார்.

பாக்கிய லக்ஷ்மியின் ஒன்றுவிட்ட அண்ணன் பசுபதி ஐயரும் 'போனதெல்லாம் போகட்டும். புதுச்சேரியில் உள்ள என்னுடைய கடையைக் கவனித்துக்கொள்ளுங்கள். நிம்மதியக வாழலாம்' என்றார்.

தேசத்தொண்டு, தமிழ்த் தொண்டு இரண்டையும் தவிர மற்றவற்றைக் கடைகட்டிவைத்துவிட்டதாகவும் வேறு தொழில்களில் தம்மால் ஈடுபடமுடியாதென்றும் சொல்லிவிட்டார் ஐயர். தாயின் கண்ணீரும் தந்தையின் வேண்டுகோளும் அவரை மாற்றவில்லை.

அன்னை விலங்கொடிக்க ஆசை கொண்ட அவர், மற்றப் பாச விலங்குகளைப் போட்டுக்கொள்ள விரும்பவில்லை.

வ.வே.சு. ஐயர் பாரீஸிலிருந்து பாண்டிச்சேரிக்குத் தப்பிவந்த கதை தமிழகமெங்கும், ஏன், கடல்கடந்த பிரதேசங்களுக்கும் பரவியது. அந்தண குலத்தில் பிறந்த அவர், வீர மறவராகப் போற்றப்பட்டார்.

பாண்டிச்சேரிக்கு வந்து சேர்ந்த சில நாள்கள் அவர் வாழ்க்கை அமைதியாகவே சென்றது. மேடம் காமாவிடமிருந்து மாதம் 50 பிராங்குகள் பணம் வந்ததால் அதிகப் பணச்சிக்கல் இல்லை. மனைவியும் வந்து சேர்ந்துவிட்டதால் உடனடியாக அதிரடிச்செயல் எதிலும் அவர் இறங்கவில்லை.

தர்மாலயத்தில் பயிற்சி மட்டும் நடந்துகொண்டிருந்தது. இந்தக் காலகட்டத்தில் அவருக்கு மேடம் காமாவிடமிருந்து பிஸ்டல்கள் பிரெஞ்ச் தபால் மூலம் வந்ததாகச் சொல்லப்படுகிறது.

இந்தியப் புலனாய்வுத்துறை குறிப்பு கூட சிறிது காலம் ஐயரின் நடவடிக்கைகளில் சந்தேகத்துக்கிடமாக எதுவும் இல்லை என்றே தெரிவிக்கிறது.

★

1886-ம் ஆண்டு செங்கோட்டையில் பிறந்த வாஞ்சிநாதன், திருவாங்கூர் காட்டிலாகாவில் எழுத்தராகப் பணியாற்றினார். பிபின் சந்திரபாலின் கனல் தெறிக்கும் பிரசங்கங்கள் சுதந்தரம், சுதேசியம், பகிஷ்கரிப்பு ஆகியவை பற்றிய பிரசங்கங்கள் இளைஞர்களை வீறுகொள்ளச் செய்தன.

தூத்துக்குடி போராட்டத்துக்கு வ.உ.சி. தலைமை தாங்கினார். வ.உ.சி., சுப்ரமணிய சிவா போன்றவர்களை ஆஷ் கடுமையாகச் சித்ரவதை செய்தான். இதைத் தாளமாட்டாத வாஞ்சிநாதன் ஆஷைத் தீர்த்துக்கட்ட முனைந்தான். எனவே, மூன்று மாதம் விடுப்பு எடுத்துக்கொண்டு பாண்டிச்சேரி சென்றான். அங்கே வ.வே.சு. ஐயரிடம் துப்பாக்கிச் சுடும் பயிற்சி பெற்றான் என்று சொல்லப்படுகிறது.

வாஞ்சிநாதனின் மைத்துனர், சங்கர கிருஷ்ண ஐயரின் மூலமாக நீலகண்ட பிரம்மச்சாரி நட்பு கிடைத்தது. நீலகண்டரும் தீவிரமான புரட்சியாளர். அவர் 1910-ம் ஆண்டு நவம்பர் மாதம் பாண்டிச்சேரி சென்றார். மீண்டும் ஜனவரியில் பாண்டிச்சேரி சென்றபோது, வாஞ்சியும் உடன்சேர்ந்துகொண்டார். அப்போதுதான் வாஞ்சி, ஐயரால் ஈர்க்கப்பட்டிருக்கிறான்.

புலனாய்வுத்துறைக் குறிப்புகளை நாம் முழுதும் நம்பிவிடவும் முடியாது. நீலகண்ட பிரமாச்சாரியின் வாக்குமூலத்தின் படி வாஞ்சி, ஐயரை சில சமயம் பார்த்திருக்கிறார். நீலகண்டரின் புத்தக வெளியீட்டு விஷயமாக வாஞ்சி, வ.வே.சு. ஐயரைச் சந்தித்திருக்கிறார். வாஞ்சி ஒவ்வொரு நாளும் வ.வே.சு. ஐயரைச் சந்தித்திருக்கிறார்.

அப்பொழுது ஐயர், நீலகண்டரிடம் தனிநபர் பயங்கரவாதத்தைப் பற்றியும் அப்பொழுது நாடு இருந்த நிலையில் வன்முறை ஒன்று தான் வழியென்றும், அதனால் இளைஞர்களை வன்முறையில் ஈடுபடும்படி திருப்பிவிடவேண்டும் என்றும் சொல்லியிருக்கிறார்.

இந்தியாவை ஆங்கிலேயர் பிடியில் இருந்து விடுவிப்பதற்காக, அமெரிக்கா, இங்கிலாந்து, பிரான்ஸ், ஸ்விட்ஸர்லாந்து ஆகிய இடங்களில் தேசபக்தர்கள் பாடுபட்டுக்கொண்டு இருப்பதாகவும், ஒரு சில ஆங்கிலேயர்களைக் கொல்வதன் மூலமே மக்களை எழுச்சி பெறச் செய்யமுடியும் என்றும் ஐயர் அவரிடம் கூறியுள்ளார். வ.வே.சு. ஐயரைப்போய்ப் பார்க்கும் படி ஐயரின் நண்பர்களான நாகசாமி ஐயரும், பாலுவும் சொல்லியிருக்கிறார்கள்.

நீலகண்டருக்கும் வாஞ்சிக்கும் 1911-ம் ஆண்டு பிப்ரவரியில் தகராறு ஏற்பட்டுவிட்டது. நீலகண்டர் பாண்டிச்சேரியைவிட்டு, இந்தியாவின் பலபாகங்களுக்கும் சென்றுவிட்டுக் காசிக்குச் சென்றுவிட்டார். அங்கிருக்கும்போது, கலெக்டர் ஆஷின் கொலையைப் பற்றிக்கேள்விப் பட்டிருக்கிறார். உடனே கல்கத்தா சென்று அங்கே உயர் போலீஸ் அதிகாரியிடம் கொடுத்த வாக்குமூலமே இது. 1911-ம் ஆண்டு மே மாதத்தில் திருநெல்வேலியிலும் மதுரையிலும் இரண்டு வகையான துண்டுப் பிரசுரங்கள் விநியோகம் செய்யப்பட்டன. அதில் ஒன்று, 'ஆரியர்களுக்கு ஓர் ஆப்த வாக்கியம்' (A friendly word to Aryans).

மற்றொன்று, 'அபிநவ பாரத் சமாஜத்தில் சேர்ந்து கொள்ளப் பிரமாண சபதம்.'

அபிநவ பாரத் சொஸைட்டி வீர சாவர்க்கரின் அமைப்பு என்பது தெரியும். எனவே, வீர சாவர்க்கரின் அத்யந்த நண்பர் வ.வே.சு. ஐயர்தான் அதை எழுதியிருக்கவேண்டும் என்று காவல்துறையினர் கருதினார்கள். 'ஆரியர்களுக்கு ஓர் ஆப்தவாசகம்' என்ற துண்டுப்பிரசுரத்தை நீலகண்டரிடம் காட்டியபோது அது பாண்டிச்சேரியில் உள்ள தர்மா ஆபீசில் உள்ள இரண்டு அச்சு வடிவங்களில் அடிக்கப்பட்டிருப்பதாகவும் அதில் அடியில் கொடுக்கப்பட்டிருக்கும் இறைவணக்கப் பாடலை ஐயர் அடிக்கடி பாடுவது உண்டு என்றும் சொல்லியிருக்கிறார்.

இப்பிரசுரங்கள் பரங்கி நாசினி என்னும் அச்சு இயந்திர சாலையில் அச்சிடப்பட்டுள்ளதாகக் குறிப்பிடப்பட்டிருந்தன. 'ஆரியர்களுக்கு ஓர் ஆப்த வாக்கியம்' என்னும் பிரசுரத்தில் உள்ள கருத்துகளையும் வாக்கியங்களையும் வாஞ்சியின் கடிதத்தில் இருக்கின்றன.

> ஆங்கிலச் சத்துருக்கள் நமது தேசத்தைப் பிடிங்கிக்கொண்டு அழியாத ஸனாதன தர்மத்தை காலால் மிதித்து துவம்சம் செய்து வருகிறார்கள். ஒவ்வோர் இந்தியனும் தற்காலத்தில் தேச சத்துருவாகிய ஆங்கிலேயனைத் துரத்தி தர்மத்தையும் சுதந்தரத்தையும் நிலைநாட்ட முயற்சி செய்துவருகிறான். எங்கள் ராமன் சிவாஜி-கிருஷ்ணன் குருகோவிந்தன் அர்ஜுனன் முதலியவர் இருந்து தர்மம் செழிக்க அரசாட்சி செய்துவந்த தேசத்தில், எருது மாம்சம் தின்னக்கூடிய ஒரு மிலேச்சனாகிய ஜார்ஜ்பஞ்சயனை, George V - முடிசூட்ட உத்தேசம் செய்து கொண்டு, பெருமுயற்சி நடந்து வருகிறது. அவன் George V தேசத்தில் காலை வைத்த உடனேயே அவனைக் கொல்லும் பொருட்டு 3000 மதராஸிகள் பிரதிக்கினை செய்துகொண்டிருக் கிறோம். அதைத் தெரிவிக்கும் பொருட்டு அவர்களில் கடையே னாகிய நான் இன்று இச்செய்கை செய்தேன். இதுதான் இந்துஸ்தானத்தில் ஒவ்வொருவனும் செய்ய வேண்டிய கடமை.

ஆர். வாஞ்சி ஐயர்

R.Vanchier of Shencottah

ஜூலை மாதம் வந்தே மாதரம் பத்திரிகையில் மேடம் காமா இந்தக் கொலையை வரவேற்று மிகவும் உணர்ச்சிகரமாக எழுதினார்..

'ராயல் சர்க்கஸில் கூத்தாடுபவர்களாக ஹிந்துஸ்தானத்துத் தலைவர்கள் லண்டன் வீதிகளில் உலாவந்து, ஆங்கில அரசருக்குத் தாங்கள் அடிமையென்று பறைசாற்றிக் கொண்டிருக்கும் இவ்வேளையில், நமது வீரத்திருநாட்டின் துணிச்சல்மிக்க இரண்டு இளைஞர்கள் ஹிஸ்துஸ் தான் தூங்கிக்கொண்டிருக்கவில்லை என்பதை நிரூபித்துவிட்டார்கள். வாஞ்சியின் துப்பாக்கிக்குண்டு.

நூற்றாண்டு காலமாக உறங்கிக்கொண்டிருந்த அடிமைத் தேசத்தை உயிர்த்தெழச் செய்திருக்கிறது.அவர்களைச் சுதந்தர இந்தியா மரியாதை யோடு கௌரவிக்கவேண்டும். நம்மால் செய்யக்கூடியது அதுதான்.'

'அபிநவ பாரத் பிரமாண' பிரசுரத்தில் அச்சமாஜத்தைப் பற்றி விளக்கப் பட்டிருப்பதுடன், ரகசியப் பிரமாணத்தில் சொன்ன எந்த விஷயத்தை யாவது காட்டிக் கொடுத்தால் என்ன நடக்கும் என்றும் குறிப்பிடப் பட்டுள்ளது.

'இது ரகசியச் சங்கம், ரகசியச் சங்கமே. ஏனென்றால். இந்த சமாஜத்துக்குத் தலைவர்கள் யார், இதன் மூலஸ்தானம் எது, என்ன வேலைகள் செய்கிறது, எவ்விதம் வேலை செய்கிறது என்று சத்துருவுக்குக் கிஞ்சித்தேனும் தெரியாது. இதன் காரியங்கள் எல்லாம் சமிக்ஞை மூலமாக நடக்கிறதே ஒழிய கடிதப் போக்குவரவினால் நடக்கவில்லை. ஆகையால் இது ரகசியச் சங்கம்தான்.

இந்தப் பிரமாணத்தில் சொன்ன எந்த விஷயத்தையாவது நான் காட்டிக் கொடுப்பேனானால் எனக்கு ரௌரவாதி நரகங்கள் ஏற்படட்டும். கோஸ்வாமி போலவும், கோரேகாவ்கர் போலவும் ஊமைத்துரை பாஷாவைக் காட்டிக்கொடுத்த புதுக்கோட்டைக் காதகன் போலவும் என் பெயருக்கு என்றைக்கும் நீங்காத அவமானம் வந்து சேரட்டும்.'

இவ்வாசகங்கள் வ.வே.சு. ஐயரால்தான் எழுதப்பட்டிருக்கவேண்டும் என்று ஆங்கிலப் புலனாய்வுத் துறை கருதியது.

எனவே, பாண்டிச்சேரியிலிருந்துதான் கொலையை ஊக்கும் பிரசுரங்கள் அனுப்பப்பட்டிருக்கின்றன. அவை கொலைக்கு முழுக்காரணம் இல்லாவிட்டாலும் அடிப்படைக்காரணங்களாக அமைந்தவை என்றும் போலீஸ் குற்றம் சாட்டி கைது வாரண்ட் பிறப்பித்தது.

வ.வே.சு. ஐயர், சி. சுப்ரமண்ய பாரதி, எஸ். சீனிவாஸாச்சாரியார். நாகசாமி ஐயர் மற்றும் எஸ். மாடசாமிப் பிள்ளை ஆகியோருக்கு வாரண்ட் கொடுக்கப்பட்டது.

புதுச்சேரியில் இருந்ததால் அவர்களைக் கைது செய்ய இயலவில்லை. மாடசாமிப்பிள்ளை மட்டும் எங்கிருக்கிறார் என்று கண்டுபிடிக்க இயலவில்லை. அவரைப் பிடித்துவிட்டால் மற்றவர்களை எளிதில் நாடு கடத்திவிடலாம் எனக் காவல் துறையினர் நினைத்தனர். புலனாய்வுத்துறையின் எல்லா அறிக்கைகளிலும் முதல் பெயராக ஐயரின் பெயரே எழுதப்பட்டிருந்தது.

இருப்பினும், திருநெல்வேலிச் சதி வழக்கில் வ.வே.சு. ஐயரின் பெயர் சேர்க்கப்படவில்லை. நீலகண்ட பிரம்மச்சாரி வழக்கில் சேர்க்கப்பட்டுத் தண்டனை பெற்றார்.

1966-ல் நீலகண்ட பிரம்மச்சாரி எழுதிய கட்டுரை ஒன்றில் இவ்வழக்குப்பற்றிக் குறிப்பிட்டுள்ளார்.

'நான் ஊரில் இல்லாத சமயம் வாஞ்சிநாதன் என்னைப் பார்க்கப் புதுவைக்கு வந்திருக்கிறார். வ.வே.சு. ஐயரைச் சந்தித்திருக்கிறார். அவர் இவரது துணிவையும், உணர்ச்சி வேகத்தையும், சஞ்சலப் புத்தியையும்

பயன்படுத்திக்கொண்டு, ஆஷ் துரையைச் சுட்டுக்கொல்லத் தூண்டி விட்டார். அதற்கான திட்டத்தையும் வகுத்து, துப்பாக்கிச் சுடும் பயிற்சியையும் அளித்து துப்பாக்கி ஒன்றையும் கொடுத்து ஐயர் இவரை அனுப்பிவிட்டார்.'

புதுவையில் தேச பக்தர்கள் என்னும் நூலில் வ.வே.சு. ஐயர், பாரதி ஆகியோரின் நெருங்கிய நண்பரான நாகசாமி ஐயர், வாஞ்சியை வ.வே.சு. ஐயர் எப்படித் தயார்ப்படுத்தினார் என்பதை விளக்கியுள்ளார்.

'தர்மாலயம் வாஞ்சியை மிகுந்த அனுதாபத்துடன் வரவேற்றது. அவர் அங்கே ஒரு மாதம் தங்கியிருப்பதற்கு வேண்டிய வசதியும் செய்து கொடுத்தது. வ.வே.சு. ஐயர் இந்த ஒரு மாதமும் தினம் தினம் தர்மாலயம் வந்து வாஞ்சிக்குத் தனியே போதித்துவந்தார். அதிகாலையில் சுமார் நாலுமணிக்கு ரிவால்வருடன் நான் வாஞ்சியை அழைத்துக் கொண்டு போய்ப் புதுவைக்கு அருகில் உள்ள கரடிக்குப்பம் ஓடை வெள்ளவரியில் கைநடுங்காமலும் குறிதவறாமலும் சுடுவதற்குக் கற்றுக்கொடுத்தேன். பிரான்சிலிருந்து காமா அம்மையார் அனுப்பிய பிரௌனிங்க் பிஸ்டல் வந்துவிட்டது. 'ஆரியர் கடமை' என்ற துண்டுப்பிரசுரமும் அச்சாகிவிட்டது. யாவும் தயார்.'

★

சுதந்தரம் சமத்துவம் சகோதரத்துவம் எனும் அடிப்படையில் இயங்கி வந்த புதுவை அரசு, சுதேசிகளுக்கு ஆதரவாக இருந்தாலும் இந்திய அரசின் நிர்ப்பந்தத்தால் புதிதாக ஓர் அரசு ஆணை பிறப்பித்தது. அதன்படி புதுச்சேரியில் இருக்கும் சுதேசிகள் அனைவரும் உடனடியாக போலீஸில் பதிவு செய்துகொள்ள வேண்டுமென்றும், ஊருக்குப் புதிதாக வருபவர்கள் வந்த 24 மணி நேரத்துக்குள் பதிவு செய்து, என்ன காரணத்துக்காகப் புதுச்சேரி வந்தோம் என்றும் எத்தனை நாள் தங்கும் உத்தேசம் என்றும் தெரிவிக்கவேண்டும் என்றும் அரசாணையில் கண்டிருந்தது.

மாடசாமிப் பிள்ளையின் உறவினர்கள் யாராவது ஐயரைக் காண வருவார்கள். அவர்களை வைத்து அவரைப் பிடித்துவிடலாம் என்ற ஆங்கிலக் காவல்துறையின் சூழ்ச்சியே அந்த அரசாணைக்குக் காரணம். அந்த அரசாணை அமலுக்கு வரும் தேதிக்கு முன்னால் சுதேசிகள் ஐந்து கௌரவ மாஜிஸ்திரேட்டுகளிடம் கையெழுத்து வாங்கிவந்தால் அவர்கள் புதுச்சேரியில் தொடர்ந்து இருக்க இயலும். இன்னும் இருபத்திநான்கு மணி நேரத்துக்குள் ஐந்து மாஜிஸ்திரேட்டுகளை எப்படித் தேடிப்பிடிப்பது? யார் யார் கௌரவ மாஜிஸ்திரேட் என்பதை முதலில் கண்டுபிடிக்க வேண்டுமே!

ஐயர், பாரதியார், மண்டையம் ஆச்சாரியார் ஆகியோர் அரவிந்தர் வீட்டில் கூடிப் பேசினர். எல்லோர் முகத்திலும் கவலை. திடீரென பாரதியார் எழுந்து அந்தப் பிரச்னையைத் தன்னிடம் விட்டுவிடும் படியும் தான் அதைத் தீர்த்துவைப்பதாகவும் சொன்னார். மறுநாள் காலை வ.ரா.வையும் அழைத்துக்கொண்டு, பாரதியார் கலவை சங்கரன்செட்டியார் வீட்டுக்குச் சென்றார்.

ஊஞ்சலில் அமர்ந்திருந்த சங்கரஞ்செட்டியார், பாரதியைப் பார்த்தவுடன் சரேலென எழுந்து அவரை வரவேற்றார்.

'வர வேண்டும், வரவேண்டும். உங்கள் பாட்டைக் கேட்டு ரொம்ப நாளாயிற்று?' என்றார் சங்கரன்செட்டியார்.

'நாங்கள் இந்த ஊரில் தொடர்ந்து இருந்தால்தானே நீங்கள் என் பாட்டைக் கேட்கமுடியும்' என்றார் பாரதியார்.

'ஏன், இந்தியாவுக்குப் போய்விடப் போகிறீர்களா?'

'இல்லை, அனுப்பிவிடுவார்கள்போல் தெரிகிறது.'

'உங்களையா? அது எப்படி நடக்கும்?'

'நீங்களெல்லாம் இருக்கும்போதே நடந்துவிடும்போல் தெரிகிறதே. இதோ பாரும் புதிய அரசுச் சட்டம்.'

சங்கரன் செட்டியார் அதை வாங்கிப் பார்த்தார்.

'நான் சென்னைக்குப் போயிருந்தேன். நேற்றுத்தான் வந்தேன். அதனால் இதைப் பற்றி எனக்கு எதுவும் தெரியாது. சரி, இப்பொழுது நான் என்ன செய்யவேண்டும் சொல்லுங்கள்.'

'ஐந்து கௌரவ மாஜிஸ்திரேட்டுகளின் கையெழுத்து வேண்டும். அதுவும் இன்றே வேண்டும்.'

'அவ்வளவுதானே, கவலையை விடுங்கள். நானே ஒரு கௌரவ மாஜிஸ்திரேட் தான். இன்னும் இரண்டு மணி நேரத்தில் வாங்கித் தருகிறேன். நீங்கள் நிம்மதியாக வீட்டுக்குப் போங்கள். நான் உங்கள் வீட்டிலேயே வந்து கொடுக்கிறேன். கையெழுத்து வாங்கவேண்டிய பத்திரங்களை மட்டும் என்னிடம் கொடுங்கள். போகு முன்.'

'எனக்குத் தெரியும். நான் பாடவேண்டும், அவ்வளவுதானே. நீங்கள் இருக்கும்போது எங்களுக்கு இனிப்பயமில்லை' என்று சொல்லிக் கொண்டே, 'ஜயமுண்டு பயமில்லை மனமே' என்ற பாடலைப் பாடினார். அதைக்கேட்டுவிட்டு சங்கரன் செட்டியார் வெளியே சென்றார்.

இரண்டு மணி நேரத்துக்குள் ஐந்து மாஜிஸ்திரேட்டுகளின் கையெழுத்துக் கிடைத்துவிட்டது. இந்த நிகழ்ச்சியைப்பற்றி நளினி காந்த குப்தா என்பவர் தனது நினைவலைகள் எனப் புத்தகத்தில் குறிப்பிட்டிருக்கிறார்.

பாண்டிச்சேரிக்குள் வருகிற பிரெஞ்சுக் குடிமக்கள் அல்லாத எவரும் உள்ளே நுழையுமுன், தாங்கள் வசிக்கும் பகுதியில் உள்ள அரசாங்க அதிகாரியிடமிருந்தோ நீதிபதியிடமிருந்தோ ஒரு சான்றிதழ் கொண்டு வரவேண்டும். நல்லவர் என்றும், அவரை அனுமதிக்கலாம் என்றும், நன்னடைத்தைச் சான்றிதழ் பெற்றுக்கொண்டுவந்தால் உள்ளே செல்லலாம்.

பாண்டிச்சேரியில் வசிக்கும் புகழ்பெற்ற, அரசாங்கத்தால் அங்கீகரிக்கப் பெற்ற பெரிய மனிதர்கள் ஐவரிடம் கையெழுத்து வாங்கிவரவேண்டும்.

முதல் நிபந்தனை இயலாதவொன்று. எனவே, இரண்டாவது நிபந்தனையைத் தேர்ந்தெடுத்தோம். கீழ்க்காணும் ஐந்து பெரிய மனிதர்கள் கையெழுத்திட்டுக்கொடுத்தனர்.

1. ராஜேந்திரன்(ஜுல்ஸ் ராஜேந்திரனின் தந்தை)
2. தே சிர் நாயுடு (De ZIr Naidu)
3. லே போ (Le Beau)
4. சங்கரன் செட்டியார்(இவர் வீட்டில்தான் அரவிந்தர் முதலில் தங்கியிருந்தார்)
5. முருகேசன் செட்டியார்.

இவ்வைந்து பெரியவர்களின் பெயர்களும் பொன்னெழுத்துக்களால் பொறிக்கப்படவேண்டும். மிகவும் இக்கட்டான காலகட்டத்தில் அவர்கள் விவரிக்க ஒண்ணாத் துணிவும் பெருந்தன்மையும் காட்டினர். அவர்கள் கையெழுத்தின் பலத்தால்தான், எந்தச் சிரமும் இல்லாமல் அங்கே தங்க முடிந்தது.'

எப்படியோ சுதேசிகள் தப்பிவிடுகிறார்களே என்பதில் ஆங்கிலப் போலீஸாருக்கு ஆத்திரம். எனவே, வேறு பல சூழ்ச்சிகளைச் செய்தனர். முக்கியமாக, ஸ்காட்லாந்து யார்டு போலீஸையே ஏமாற்றிய ஐயரை மடக்கிவிட்டால் தங்களுக்குப் பெருமைசேரும் என்று எண்ணினார்கள்.

ஐயர் அரசுக்கு எதிராகப் பயங்கரவாதச் சூழ்ச்சி செய்கிறார் என்பதையும் அவருக்கு மற்றவர்கள் உடந்தையாக இருக்கிறார்கள் என்பதையும் நிரூபிக்கும் வண்ணம் பொய் ஆவணங்கள் தயார் செய்தனர். இவ் விவரங்களைத் தெளிவாகத் தனது நினைவுப் பதிவில் சீனிவாசாச்சாரியாரால் எழுதப்பட்டுள்ளன.

‘பிரிட்டிஷ் அரசுக்கு எதிராக மட்டுமன்று, பிரெஞ்சு அரசுக்கு எதிராகவும் நாங்கள் சூழ்ச்சி செய்கிறோம் என்பதைக் காட்டவேண்டுமென்று பிரிட்டிஷ் போலீஸார் திட்டமிட்டனர். எங்களுக்குச் சென்னையில் பரிச்சயமான ஒரு தீவிரவாதி இளைஞனை வட இந்தியாவில் கைது செய்தனர். அவனுக்கு எங்களைத் தெரியுமென்பதால் அவனை வைத்து எங்களுக்கு எதிராக இராஜத் துரோகக் குற்றத்துக்கு உடந்தையான ஆவணங்களைத் தயாரிக்க முனைந்தனர். எங்கள் ஒவ்வொருவருக்கும் அதில் தொடர்பிருக்கிறது என்பதை நிரூபிக்க ஏதுவாக ஆவணங்களைத் தயாரித்தனர்.

எங்கள் சதித்திட்டத்துக்குத் தலைவராக ஸ்விட்ஸர்லாந்தில் குடியிருக்கும் சியாமாஜி கிருஷ்ணவர்மாவைக் காட்டி லண்டனில் இருந்த இந்தியப் புரட்சி இயக்கத்துக்கு நாங்கள் இங்கே உறுப்பினர்களைச் சேர்த்ததாக ஆவணங்களை தயார் செய்யப்பட்டது. அதற்கு நான்தான் செயலாளராம். அங்கத்தினருக்குக் கொடுத்தாக ரசீதின் நகல் தயார் செய்தனர்.

என்னுடைய கையெழுத்தை ரப்பர் ஸ்டாம்பில் ஏற்றி அந்த ரசீதுகளில் பதித்திருந்தனர். அதில் உறுப்பினர்களாக ஐயர், பாரதி, நாகசாமி போன்றோர் பெயர்கள் இருந்தன. ஒரு காளி சிலையின் முன் பல ஐரோப்பியர்களின் தலைகள் வெட்டப்பட்டுப் பலி கொடுத்த நிலையில்கிடக்கும் ஒரு புகைப்படத்தையும் தயாரித்தனர். இவை தவிர வேறு சில பிரசுரங்களையும் தயாரித்து இவை எல்லாவற்றையும் - ரப்பர் ஸ்டாம்ப் உள்பட- ஒரு ஜாடிக்குள் வைத்து தண்ணீர் புகமுடியாதபடி அடைத்தனர்.

சில நாள்களுக்கு முன் அடித்த புயலால் ஐயரின் வீட்டுச் சுவர் ஒரு பக்கம் இடிந்துவிழுந்தது. எனவே, ஐயர் தன் குடும்பத்துடன் எங்கள் வீட்டில் தங்கியிருந்தார். நிலைமை ஓரளவுக்குச் சீரானதும் அவர் அவரது வீட்டுக்கே திரும்பிச்சென்றார். விழுந்த சுவர் கட்டப்படாமல் அப்படியே இருந்தது. அந்நிலையில் எவரும் அந்தச் சுவர் வழியே ஐயர் வீட்டின் பின்பக்கத்தை அடைந்துவிடமுடியும். எனவே, உள்ளே பொய் ஆவணங்கள் வைக்கப்பட்டிருந்த அந்த ஜாடியை ஒரு கல்லோடு இணைத்துக் கட்டி யாருக்கும் தெரியாமல் ஐயரின் வீட்டுக் கிணற்றுக்குள் போட்டுவிட்டனர்.

மறுநாள் அதிகாலை ஐயரின் வீட்டு வேலைக்காரி கிணற்றில் தண்ணீர் இறைப்பதற்காக வாளியை உள்ளே விட்டபோது, அந்த ஜாடி வாளியில் இடித்திருக்கிறது. கட்டப்பட்ட கல் விலகி விழுந்திருந்ததால், ஜாடி மிதந்திருக்க வேண்டும். அதைப் பார்த்த அவள் ஏதோ குழந்தைதான் தவறி விழுந்திருக்க வேண்டுமென்று நினைத்துப்பதறிப்போய் வீட்டுக்குச் சென்று ஐயரிடம் தனது சந்தேகத்தைச் சொன்னாள்.

ஐயர் சென்று எட்டிப் பார்த்துவிட்டு கிணற்றில் மிதந்துகொண்டிருந்த ஜாடியை எடுத்தார். அதை வீட்டுக்குள் கொண்டுபோய்த் திறந்து பார்த்தார். அதில் ஏற்கெனவே குறிப்பிட்டபடி பொய் ஆவணங்களும் புகைப்படமும் பிரசுரங்களும் இருந்தன. அதை எடுத்துக்கொண்டு காலையில் எட்டு அல்லது ஒன்பது மணிக்கு ஐயரும் பாரதியும் என்வீட்டுக்கு வந்தனர். உடனே ஆளுநர் டுப்ராட்டுக்கு ஒரு மனு எழுதி அவரை உடனடியாகச் சந்திக்க வாய்ப்புக் கேட்டோம். அனுமதி கிடைத்ததும் அவர் முன் ஜாடியையும் மற்றப் பொருள்களையும் காட்டி பிரிட்டிஷ் போலீஸின் கபட நாடகத்தைப் பற்றி எடுத்துச் சொன்னோம்.

'இது போலீஸ் விசாரித்துக் குற்றவாளியைக் கண்டுபிடிக்க வேண்டிய ஒன்று. எனவே, போலீஸ் நிலையத்தில் புகார் கொடுங்கள்' என்று சொன்னார் ஆளுநர். அவரது நடவடிக்கைகளிலிருந்து அவருக்கு ஏற்கெனவே இதுபற்றித் தெரியும் என உணர்ந்தோம். நாங்கள் உடனே போலீஸ் நிலையம் சென்று பிரெஞ்ச் போலீஸிடம் புகார் கொடுத்து ஜாடியையும் அதனுள்ளிருந்தவற்றையும் ஒப்படைத்தோம்.

அடுத்த சனிக்கிழமையன்று எனக்கும், பாரதி, ஐயர் ஆகியோருக்கும் மாஜிஸ்திரேட்டிடமிருந்து சம்மன் வந்தது. மறுநாள் ஞாயிறன்று காலை 7 மணிக்கு அவரது கோர்ட்டுக்கு வரும் படி உத்தரவு. மிகமிக முக்கிய மானதாயிருந்தாலன்றி ஞாயிறன்று கோர்ட்டுக்கு அழைப்பதில்லை. ஒருவேளை சற்று ஓய்வாகவும் இடையூறின்றி விசாரிப்பதற்காக இருக்கலாம் என்று நினைத்தோம்.

குறிப்பிட்ட நேரத்தில் அங்கே போனோம். அங்கே எம். நடௌ என்னும் அதிகாரி இருந்தார். பாண்டிச்சேரியில் வசிக்கும் பிரெஞ்சு குடிமக்கள் இருவர் எங்கள் பேரில் புகார் கொடுத்திருந்தார்கள் என்றறிந்தோம். அவர்கள் இருவரும் தந்தையும் மகனும் ஆவர்.

எங்கள் மேல் புகார் கொடுக்கும் பிரெஞ்சு குடிமக்கள் யாராயிருக்கும் என அறிய ஆவலாயிருந்தோம். எனக்கு ஏற்கெனவே அறிமுகமான மயூரேசனும் அவனது தந்தையும்தான் அவர்கள் என்பதை அறிந்தபோது எனக்குச் சற்று நிம்மதியாக இருந்தது.'

★

1909-ம் ஆண்டு வாக்கில் இந்தியா பத்திரிகை வெளிவந்துகொண்டிருந்த போது, அந்த இளைஞன் பிரிட்டிஷ் ஒற்றனாகப் பணியாற்றி வந்ததை நான் அறிவேன். என்னை அவன் அடிக்கடி சந்திப்பதுண்டு, பிரிட்டிஷ் போலீஸருக்குச் சில பொய்யான தகவல்களைக் கொடுத்து அவர்களின் தலைவராய் பண்டிச்சேரியில் இருக்கும் பாபுராவிடமிருந்து பணம் பெறுவதாகச் சொன்னான். சில மாதங்கள் கழித்து என்னைச் சந்தித்தான்.

பாபுராவைப் பற்றிப் புகார் சொன்னான். தான் கொடுக்கும் செய்தி களுக்குக் குறைந்த பணம் கொடுப்பதாகச் சொன்னான். அடுத்த முறை அதிகம் கொடுப்பதாக வாக்குறுதி அளித்தான். வாக்களித்தபடி பணம் கொடுப்பதில்லை என்றும் சொன்னான். இந்த போலீஸ் நடவடிக்கை களைப் பற்றிப் பத்திரிகையில் எழுதும்படி வேண்டினான். பாபு ராவுடன் அவன் கொண்ட கடிதத் தொடர்புகளையும் என்னிடம் சொன்ன இந்த விஷயங்களையெல்லாம் கைப்பட எழுதி, பிரசுரிக்க வேண்டி ஒரு கடிதமும் கொடுத்தால், நான் வெளியிடுவதாகச் சொன்னேன்.

அதன்படி அவன் எழுதிக் கொடுத்தான். நான் அதைப் பத்திரிகையில் வெளியிட்டேன். நல்லவேளையாக அவன் தந்த கடிதங்களையும், அவன் எழுதிக்கொடுத்த கடிதத்தையும் அப்படியே பத்திரப்படுத்தி வைத்திருந்தேன். பாண்டிச்சேரியின் அமைதியைக் குலைக்கத் திட்டமிடும் பயங்கரமான சதிகாரர்கள் என்று எங்களைக் குற்றஞ்சாட்டி அவன்தான் தனது தந்தையுடன் வந்து புகார் செய்திருந்தான். இந்தப் பயலைத்தான் நாங்கள் சமாளிக்கவேண்டும் என்று தெரிந்ததும் எனக்குத் தெம்பாயிற்று. இதிலிருந்து நிச்சயம் மீண்டுவிடலாம் எனத் தெளிந்தேன்.

எங்கள் வீடுகளுக்குக் காவலர்களை அனுப்பி ஏதாவது சதி ஆவணங்கள் உள்ளனவா எனப் பார்க்கப் போவதாக அந்த அதிகாரி சொன்னார். எங்களுக்கும் சம்மதமே என்று சொல்லிவிட்டோம். எங்களுடன் பிரெஞ்சுக் காவலர்கள் பலர் வந்தனர். என் வீட்டில் காலை 10 மணிக்குத் தொடங்கிய தேடல் பிற்பகல் 3 மணிவரை தொடர்ந்தது. பாரதி வீட்டில் நண்பகலுக்குள் முடிந்துவிட்டது. ஐயர் வீட்டில் மாலை 4 மணிவரை சோதனை நடந்தது.

ஐயருக்கு ஆயுத பூஜைக்காக நான் கொடுத்த நேபாளிக் குக்ரி (கூர்க்காக்கள் வைத்திருக்கும் வளைந்த கூர்மையான கத்தி. அதைத்தான் அவர்கள் சண்டையில் பயன்படுத்துவார்கள்) ஒன்றை மட்டும் கைப் பற்றினார்கள். அரவிந்தர் வீட்டில் மாலையில் சோதனை இடப்பட்டது. அப்பொழுது அங்கே சில கிரேக்கப் புத்தகங்களிருப்பதைப் பார்த்த அதிகாரி, அரவிந்தருக்கு கிரேக்கம், இலத்தீன் மொழிகள் தெரியும் என்பதை அறிந்து அவரை வணங்கிவிட்டுச் சென்றுவிட்டார்.

எங்களை விசாரணைக்காக மாஜிஸ்திரேட் அழைத்தபோது, எல்லா வற்றையும் சொன்னோம். பிரிட்டிஷ் போலீஸார் எங்கள் மேல் அபாண்டமாகப் பழி சுமத்துவதற்காகப் பொய்யான ஆவணங்களை ஜாடியில் வைத்து கிணற்றில் போட்டதை; எங்கள் மேல் பயங்கர சதிகாரர்கள் என்று குற்றம் சாட்டிய மயூரேசன் சில ஆண்டுகளுக்கு முன்

ஆங்கிலக் காவலர்களின் கையாளாக இருந்ததை; அவனுக்கும் ஆங்கிலத் தலைமைக் காவல்காரருக்கும் இடையே நடந்த கடிதத் தொடர்பை; ஆங்கிலப்போலீஸ் துறையின் முத்திரை அதில் இருப்பதையும் எடுத்துக்காட்டி எங்கள் மேல் பொய் பிராது கொடுக்கப்பட்டது என எல்லாவற்றையும் சொன்னோம்.

போலீஸ் முத்திரையுடன் கூடிய கடிதங்களைப் பார்த்த அதிகாரி, மிஸ்டர் நடௌள வியப்புற்றார். வீணாகப் பழி சுமத்தும் துணிவு அவர் களுக்கு எப்படி வந்தது என வினவினார். ஆவணங்களை அவர்களிடம் காட்டி அவர்கள் அதற்கு என்ன பதில் சொல்லப்போகிறார்கள் என்று கேட்டார். மயூரேசன் இந்தியாப் பத்திரிகையில் தான் கொடுத்த செய்தி வெளிவந்திருந்ததையும் தான் கொடுத்த கடிதங்களையும் அறவே மறந்துபோயிருந்தான். எனவே, அவன் அதிர்ச்சிக்குள்ளானான்.

என்ன சொல்வதென்று அவர்களுக்குத் தெரியவில்லை. பதில் சொல்லச் சிறிது அவகாசம் அளிக்கும்படி வேண்டினர்.

அவர்கள் கொடுத்த புகார் முற்றிலும் ஆதாரமற்றது என்பதை அறிந்த மிஸ்டர் நடௌள, அவர்களுக்கு மாலை மூன்று மணிக்குள் பதில் அளிக்கக் கெடு விதித்தார். பதில் கொடுக்கவிட்டால் அவர்களுக்குச் சிறை. ஒரு கைதியைத் தங்களுக்குச் சாதகமாகப் பயன்படுத்திக்கொண்டு பிரிட்டிஷ் போலீஸார் பொய் ஆவணங்களைத் தயாரித்துள்ளதை விளக்கினோம். மாலை 3மணிக்குத் திரும்பிவரும் படி நடௌள சொன்னார். குறித்த நேரத்தில் கோர்ட்டுக்குப் போனோம். பதில் சொல்லுவதற்கு மயூரேசனும் அவனது தந்தையும் வரவில்லை. அவர்களை அழைத்துவர ஒரு காவலர் அனுப்பப்பட்டார். அவர்கள் பிரெஞ்சு எல்லையைவிட்டு வெளியேறிவிட்டதாகச் செய்தி வந்தது.

நாங்கள் வீடு திரும்பினோம். மயூரேசன் வெளியேறுமுன், நடௌள சதிகாரரின் கையாள் என்றும் விசாரணையின்போது தன்னை அடிக்க முயன்றதாகவும் ஆளுநரிடம் புகார் செய்திருந்தான். ஆளுநர், நடௌளவை விசாரிக்க ஏற்பாடு செய்தார். ஒரு உண்மையான அதிகாரி இக்கட்டில் மாட்ட நேர்ந்தது, மயூரேசனை விசாரிக்கும்போது நாங்கள் அங்கே இருந்ததை அவர் சுட்டிக்காட்டியதும் நாங்கள் விசாரிக்கப் பட்டோம். எங்களை விசாரித்த அதிகாரியை விடுவிக்க நாங்கள் சாட்சி சொல்லவேண்டி வந்தது.

ஆங்கில போலீஸார் இந்த நிகழ்ச்சியால் கதிகலங்கிப் போயினர். தங்கள் குட்டு வெளிப்பட்டதால் தங்களின் பணிக்கே ஆபத்து வந்து விடுமோ என்று பயந்தனர். மயூரேசனும் அவனது தந்தையும் அங்கிருந்தால் தாங்கள் பொய் ஆவணங்களைத் தயாரிக்கப்

பயன்படுத்திய பொருள்களும் கருவிகளும் தெரியவந்துவிடும் என்பதாலும் ஐயரைக் கடத்தத் தாங்கள் செய்த முயற்சிகள் வெளியாகி விடும் என்பதாலும் தங்களைப் பாதுகாத்துக்கொள்வதற்காக மயூரேச னையும் அவனது தந்தையையும் சிங்கப்பூருக்கு அனுப்பிவைத்தனர். ஓராண்டுகழித்து மயூரேசன் பாண்டிச்சேரிக்குத் திரும்பிவந்தான். பாரதியைச் சந்தித்தான். அவர் அவனை மன்னித்துவிட்டுவிட்டார். ஆனால் அவன் எங்களைச் சந்திக்கத் துணியவில்லை.'

1913-ம் ஆண்டு ஜூலை மாதம் 5-ம் நாள் மண்டையம் ஆச்சாரியார் வீட்டுக்கு அருகில் ஒரு பொதுக்கூட்டம் நடந்தது. அக்கூட்டத்தில் வ.வே.சு. ஐயர்தான் முக்கியப் பேச்சாளர். அவரும் அரவிந்தரும் பாண்டிச்சேரிக்கு வரவேண்டிய சூழ்நிலையை விளக்கி இந்திய அரசின் அடக்குமுறை பற்றிப்பேசினார். புதுச்சேரியில் அதிகாரிகள் தங்களை அன்போடும் ஆதரவோடும் நடத்துவதற்குப் பாராட்டுத் தெரிவித்தார். சியாமாஜி கிருஷ்ண வர்மாவிடமிருந்து ஒரு கடிதம் வந்திருப்பதாகவும் புதுச்சேரிக்கு அக்டோபர் மாதத்தில் புதிய கவர்னர் வரவிருப்பதாகவும் அவரை மரியாதையோடு வரவேற்கவேண்டும் என்று தெரிவித்திருப்ப தாகவும் சொன்னார்.

புதுச்சேரி அரசு ஆதரவோடு இருந்த காரணத்தால், அரவிந்தர் அவருக்கு வரவேற்புப்பத்திரம் எழுதிக்கொடுக்கச் சம்மதித்தாராம். வ.வே.சு. ஐயரும் அரவிந்தரும் மிக சுமுகமாகவும் நட்போடும் இருந்தனர்.

1912-ம் ஆண்டு ஜூலை மாதம் 12-ம் தேதி காவல்துறைக் குறிப்பொன்றில் பாண்டிச்சேரியில் சுதேசிகள் அமைதியாக எந்தவித மான புதிய செயல்பாடுகளும் இல்லாமல் வாழ்க்கை நடத்துவதை அப்படியே நம்பிவிடக் கூடாது.

புதிதாகச் சீனிவாச மூர்த்தி என்றொருவர் பாண்டிச்சேரிக்கு வந்திருப்பது சுதேசிகளுக்குப் புதிய ஊக்கம் அளித்திருக்கிறது. அவர்களுக்கு பணம் கிடைத்திருக்கிறது. ஆகவே, புதிதாக சில எழுச்சிகளை எதிர் பார்க்கலாம்.

ஒரு சில கதாகாலட்சேபங்களுக்கு சுதேசிகள் போகிறார்கள். அங்கே அவர்கள் பெரிதும் வரவேற்கப்படுவதோடு மறைமுகமாக அவர்களைப் பற்றிய வசனங்கள் பேசப்படுகின்றன. பாரதியார் இரண்டு புத்தகங் களை எழுதி அச்சுக்குக் கொடுக்கத் தயாராக வைத்திருந்தார். வ.வே.சு. ஐயர் சில போலி நகைகளை இறக்குமதி செய்து விற்றுவருகிறார்.

எல்லோரினும் வ.வே.சு. ஐயர் மிக உறுதியானவர். மிகவும் கண்காணிக்கப்படவேண்டியவர். தோல்பொருள்களையும் பப்படமும் பாரீஸுக்கு ஏற்றுமதி செய்ய ஐயர் திட்டமிட்டிருக்கிறார். அவர்களை

இன்னும் ஏ பிரிவு கண்காணிப்பில் வைத்துக்கொள்ளவேண்டும் என்றும் அந்தக் குறிப்பு கூறுகிறது.

வ.வே.சு. ஐயரைக் கடத்துவதற்காக, பிரிட்டிஷ் காவலர்கள் முயற்சி செய்திருக்கிறார்கள். ஒருசமயம் வ.வே.சு. ஐயரைப் பிடிப்பதற்காக, ஒற்றர்களும் காவலர்கள் ஏவிவிட்ட ஆட்களும் துரத்தி வந்தனர். ஐயர் நன்கு தேகப்பயிற்சி செய்து உடம்பைத் திடமாக வைத்திருந்த காரணத்தால், அவர்களால் பிடிக்க முடியவில்லை. என்றாலும் எதிர்ப்புறத்தில் இருந்து ஆட்கள் வந்தால் அவர் என்னதான் செய்வார். யாருக்கும் தெரியாமல் பிள்ளையார் கோயில் ஒன்றில் நுழைந்து பெரிய விநாயகர் சிலைக்குப் பின்னாலே மறைந்துகொண்டார். அர்ச்சகருக்கும் தெரியாது. அர்ச்சகர் கதவைப் பூட்டிக்கொண்டு சென்றுவிட்டார். மறுநாள் காலைவரை அங்கேயே இருக்க நேர்ந்தது. விநாயகர் துதியை மனத்துக்குள் சொல்லிக்கொண்டே இரவைக் கழித்துக் காலையில் கதவு திறந்ததும் வெளியில் வந்தார்.

பிரிட்டிஷ் ஒற்றர்களின் தொல்லை நாளுக்கு நாள் அதிகமாகிக் கொண்டே வந்தது. பல சுதேசிகளின் முக்கியத்துவ வரிசை ஏறிக் கொண்டே வந்தது. ஐயருக்கு ஏற்கெனவே உச்சப்பிரிவாகிய ஏ பிரிவு கண்காணிப்பு கொடுக்கப்பட்டிருந்ததால், பிரிட்டிஷ் அரசுக்குச் செலவு அதிகம். பத்துப்பேர் பல்வேறு நிலைகளில் அவரைக் கண்காணித்து வந்தனர். அசகாய சூரராக இருக்கிறாரே, அகப்பட மாட்டேன் என்கிறாரே என்று அவரை மடக்கச் சமயம் பார்த்துக் காத்திருந்தார்கள். அதிலும் குறிப்பாகத் தமிழ் பேசும் போலீஸார் அவரைப்பிடித்துக் கொடுத்துப் பதவி உயர்வும் பரிசும் பெறத் தீவிர முயற்சி செய்தனர்.

எந்த நேரத்தில் எப்படி அவர்களை ஏமாற்றுவார் என்பது தெரியாது. ஒற்றர் ஐயரின் வீட்டுக்குச் சென்று கதவைத்தட்டுவார். கதவு திறக்காது. ஐயர் வருவதைப்பார்த்ததும் ஒற்றர் மறைந்து கொள்வார்.

ஐயருக்குத் தெரியும். ஐயர் சிரித்துக்கொண்டே வீட்டுக்கதவைத் தட்டுவதற்கு முன் திரும்பிப்பர்த்துவிட்டு மேலே போட்டிருக்கும் துண்டால் கையைப் பொத்திக்கொண்டு தட்டுவார். கதவு திறக்கும். ஒற்றருக்கு வியப்பாக இருக்கும். யார் வருகிறார்கள் என்று கண்ணாடி வழியாகப்பார்த்து வேண்டியவர் வந்தால் கதவைத் திறக்கும் வசதி அந்தக் காலத்தில் கிடையாது.

ஐயர் வந்திருக்கிறார் என்பது எப்படி அந்த அம்மாளுக்குத் தெரியும். ஐயர் வீட்டைவிட்டு வெளியே செல்லும் பொழுது தனது மனைவி பக்கியலக்ஷ்மி அம்மாளிடம் சொல்லிவிட்டுப் போவார். தான் திரும்பி வரும்போது இத்தனை முறை கதவைத் தட்டுவதாகவும் இத்தனை

முறை காறித்துப்புவதாகவும் சொல்வார். சில சமயங்களில் காறித் துப்புவது மட்டும் இருக்கும். சிலசமயங்களில் கதவு தட்டுதல் மட்டும் இருக்கும். சில சமயங்களில் இரண்டுமிருக்கும்.

ஒற்றர் எவ்வளவு முயன்றும் ஒருமுறைகூட அவரது முயற்சி பலிக்க வில்லை. காறித்துப்பி சமிக்ஞை கொடுக்கும் பழக்கம் இருந்ததால், ஐயருக்குக் காறித்துப்பும் பழக்கம் கடைசிவரை இருந்ததாம்.

ஒருமுறை நண்பர் ஒருவரைப் பார்ப்பதற்காக, புதுச்சேரி எல்லை யிலுள்ள சின்னப் பாவு சமுத்திரம் என்ற ஊருக்குச் சென்றிருந்தார் ஐயர். சாதாரண உடையில் வந்த காவலருக்கு அவர் அந்த ஊருக்குப் போகிறார் என்பது தெரிந்துவிட்டது.

ஐயர், நண்பருடைய வீட்டுக்குள் போவதைக் காவலர்கள் பார்த்து விட்டனர். அதை ஒட்டியே இந்திய எல்லை தொடங்குவதால் தள்ளிக் கொண்டு போயாவது ஐயரைப் பிடித்துவிடலாம் என்று அந்த வீட்டுக்கு வெளியே காத்திருந்தனர்.

ஐயருக்கு யார் வந்திருக்கிறார்கள் என்பது தெரியும். உள்ளே சென்ற ஐயர், வெளியே வரவில்லை. அதற்குள் அவ்வீட்டுக்குள்ளிருந்து யாரோ இறந்துபோனது போல் ஒப்பாரி கேட்கத்தொடங்கியது. நிமிடத்துக்கு நிமிடம் ஒப்பாரியின் சப்தம் ஏறிக்கொண்டே போனது. வெளியிலிருந்து ஆட்கள் அழுதுகொண்டே வீட்டுக்குள் போவதும் வீட்டுக்குள் இருந்து கவலை தோய்ந்த முகத்துடன் திரும்புவதும் நடந்துகொண்டிருந்தது. சிறிது நேரத்தில் இறந்தவரைத் தூக்கிச் செல்ல ஏற்பாடுகள் நடை பெற்றன. காவலர்கள் வீட்டுக்குள் சென்று ஐயர் இருக்கிறாரா என்று பார்க்க முயன்றனர். ஐயரைக் காணவில்லை. பிணத்தைச் சுற்றிப் பெண்கள் சூழ்ந்துகொண்டு ஒப்பாரி வைத்துக்கொண்டிருந்தனர்.

ஐயர் பக்கத்தில் எங்காவது ஒளிந்துகொண்டிருக்கவேண்டும் என்று நினைத்த போலீஸார் வெளியில் தேடிப்பார்த்தனர். அருகே இருந்த குட்டிச் சுவர் ஒன்றில் அமர்ந்து அந்த வீட்டையே பார்த்துக்கொண்டிருந் தனர்.

இதற்குள் தாரை தப்பட்டை அடிப்பவர்கள் வந்து சேர்ந்தனர். அவர்கள் தங்கள் கைவரிசையைக் காட்டிக்கொண்டிருந்தனர். அவர்களது தாளத்துக்கேற்ப சில இளவட்டங்கள் ஆடிக்கொண்டு இருந்தனர். பிணத்தைத் தூக்கிக் கொணர்ந்து பாடையில் வைத்துக்கட்டினார்கள். மாலைகள் போட்டார்கள். மூக்கிலே பஞ்சடைத்தார்கள். செகண்டி அடித்துக்கொண்டும் சங்கூதிக்கொண்டும் பிண ஊர்வலம் புறப்பட்டது. போலீஸார் சிறிது தூரம் பின் தொடர்ந்தனர். ஐயரைக் காணவில்லை.

காவலர் ஒருவரை மட்டும் அவர்களைத் தொடரும் படி சொல்லிவிட்டு மற்றவர்கள் ஐயரைத் தேடுவதற்காக, வேறு திசையில் சென்றார்கள்.

அந்தக்காவலருடன் சென்று கொண்டிருந்த ஒருவர், 'செத்துப்போனவர் உங்களுக்குச் சொந்தமா?' என்று கேட்டார்.

'இல்லை, தெரிந்தவர்' என்றார் காவலர்.

'ரொம்ப நல்ல மனுஷன், நாளைக்குப் பாலுக்கு வருவீங்களா?'

'வரமாட்டேன்' என்றார் காவலர்.

'முதல்நாள் சுடுகாட்டுக்கு வந்தால் மறுநாள் பாலுக்கு வரவேணுங்கிறது தெரியாதா உங்களுக்கு. அப்படி வரலியானா ஏதாவது விபரீதம் நடக்குமாமே.'

அவ்வளவுதான். நமக்கெதற்கு வம்பென்று அந்தக் காவலரும் நடையைக் கட்டினார்.

சுடுகாட்டுக்குப் போய்ப் பாடையைக் கீழே வைத்தார்கள். காவலர் களும் ஒற்றர்களும் போய்விட்டார்கள் என்று தெரிந்ததும் பாடையில் பிணமாகப் படுத்திருந்த ஐயர் எழுந்தார்.

ஐயரின் அந்தச் சமயோசித நடவடிக்கையைக் கண்ட அவரது நண்பர் களும் ஊர்க்காரர்களும் வியந்தனர். தமக்கு உதவுவதற்காக நடித்த பெண் களுக்கும் மற்றோருக்கும் நன்றி சொல்லிவிட்டு ஐயர் கிளம்பினார்.

இதுபோன்று போலீஸிடம் இருந்து தப்பிய நிகழ்ச்சிகள் எத்தனையோ!

அரசியல் வாழ்வில் உதவியது போலவே அவரது இலக்கிய வாழ்வுக்கும் புதுச்சேரி உதவியாக இருந்தது. ஐயர் ஆங்கிலேயர்களை வெறுக்கவில்லை. ஆனால் ஆங்கில ஆதிக்கத்தை வெறுத்தார். ஆங்கிலேயர்களுடைய இலக்கியமும் நவீனத் தொழிற்துறையில் அவர்கள் காட்டும் ஆர்வமும் அவருக்குப் பிடிக்கும். ஒரு குண்டூசியைக் கூட எவ்வளவு நேர்த்தியாகச் செய்கிறார்கள் என்று அவர் வியப்பதுண்டு. அவர் சனாதன தர்மத்தில் பிடிப்புள்ளவராக இருந்தாலும் வேறு மதங் களையும் சம நோக்கோடு பார்த்தவர். இந்து-முஸ்லிம்களிடையே ஏதாவது பிணக்கு ஏற்பட்டால் ஐயர்தான் தீர்த்துவைப்பாராம். அந்த அளவுக்கு எல்லா மதத்தினரும் அவரை மதித்தனர்.

ஆங்கில இலக்கியத்தை அவர் பெரிதும் விரும்பிப்படித்தார். அதனாலே ஒப்பிலக்கிய ஆய்வு செய்தார். தமிழ் வசன நடை இன்னும் குழந்தைப் பருவத்திலேயே இருப்பதாகவும் வசன நடையில் ஆங்கிலம், பிரெஞ்ச், ஜெர்மன் மொழிகள் சிறந்து விளங்குவதாகவும் அவரது

அபிப்பிராயம். அந்த அளவுக்குத் தமிழ் வசனத்தை உயர்த்தவேண்டும் என்றும் அதற்குத் தன்னாலான அனைத்து முயற்சிகளையும் செய்யவேண்டும் என்றும் விரும்பினார்.

அவருக்கு விஞ்ஞானத்திலும் அதிக ஈடுபாடு உண்டு. கடல் சூழ்ந்திருப்பதால் வேறு எவரும் அவ்வளவாக நெருங்க முடியாத அளவுக்குப் பாதுகாப்பாக இருக்கிற இங்கிலாந்து ஆகாயவிமானக் கண்டுபிடிப்பால் தனது பாதுகாப்பான நிலையிலிருந்து இறங்கி விடுமோ என்று பயந்து ஆகாயவிமானத் தயாரிப்பில் முழுமூச்சாய் இறங்கியதைப் பார்த்து வியந்திருக்கிறார்.

தனது புரட்சிக் கொள்கைகள் என்ன என்பதைப்பற்றி வ.வே.சு. ஐயரே ஒரு முறை கவியோகி சுத்தானந்த பாரதியிடம் விளக்கமாகச் சொல்லியிருக்கிறார்.

'நமக்கு இயந்திரக் கலைகளையும் ரசாயன பௌதிக சாத்திரங்களையும் இயந்திரச் சிற்ப வேலைகளையும் இன்னும் நவநாகரிகத்துக்கு வேண்டும் கருவிகளையும் ஐரோப்பியர் நன்றாகச் சொல்லித் தரட்டும். இயந்திரத் தொழில் நடத்த நமக்குத் துணையாயிருக்கட்டும். அவர் களுக்குச் சம்பளம் தருவோம். அவர்களை ஹிந்துஸ்தானம் இரண்டு கைகளாலும் வரவேற்கும். அவர்கள் கொடுக்கும் கல்விக்கும் செய்யும் தொழிலுதவிக்கும் முக்காலும் நன்றி செலுத்துவோம். ஆனால், அரசியல் கடிவாளத்தைத் தமது கையில் வைத்துக்கொண்டு, நமது உரிமையைக் கேட்கும்போதெல்லாம், அடக்குமுறைகளைப் பிரயோகித்து, ஐரோப்பிய உத்தியோகஸ்தரால் நம்மை மேல் எழும்பாமல் அடித்துக்கொண்டிருக்கிறார்கள். நமது சுதந்தர உணர்ச்சி யையும் சீர்திருத்த வேகத்தையும் கருவிலேயே அழிக்கத் தந்திரம் செய்கிறார்கள். ஹிந்துஸ்தானத்தைக் காக்க பிரம்மாவே வெள்ளைக்கார உத்தியோகஸ்தரை சிருஷ்டித்து, தான் வேறு ஜோலியாய்ப் போய் விட்டான் என்று சிலர் எண்ணுகிறார்கள்.

நம் நாட்டில் நம்மவரையே மாற்றாந்தாயின் அன்போடு நடத்தினால், நாம் விழித்திருந்து நமது உரிமையை நிலைநாட்டத்தானே வேண்டும். இன்றேல் நாம் பேடிகள் போலாவோம். இந்தியர்களும் நம்மைப் போன்ற மனிதர். அவர்களுக்கும் சுதந்தரம் பிறப்புரிமையாகும். அதை மனப்பூர்வமாகச் செய்ய வேண்டும். படிப்படியாகப் பிரித்தானிய பார்லிமெண்ட்டின் இச்சைப்படி சீர்திருத்தங்கள் விரிவாக்கப்படும் என்ற ஆஷாடபூதி வார்த்தைகளெல்லாம் போய்விட வேண்டும்.

புரட்சி எண்ணங்களை அகற்ற ஒருவழிதான் உண்டு. அது இங்கிலீஷ் சரித்திரத்திலேயே செதுக்கப்பட்டிருக்கிறது. ஒவ்வொரு நாட்டுக்கும்

இயல்பான உரிமையைத் தருவதேயாம். உரிமையை மறுத்தால் மனிதனுக்குள் உள்ள சுதந்தர உணர்ச்சி குமுறி எழுகிறது. அவ்வாறே எழுந்து முப்பது லட்சம் ஜனங்கள் கொண்ட நியூ இங்கிலாந்து இங்கிலீஷ் சைன்யங்களை முறியடித்து சுதந்தரமான ஐக்கிய நாட்டை அமெரிக்காவில் நிலை நாட்டியது. அதுமுதல் இங்கிலாந்தும் ஒரு பாடம் கற்றுக்கொண்டது. குடியேற்ற நாடுகளில் ஜனங்கள் ராஜீய உரிமைகளைச் சற்று உரத்த குரலில் கேட்கத் தொடங்கியதும், அவர்கள் கேட்கும் உரிமைகளை அவர்களுக்கு உடனே கொடுத்துவிட வேண்டுமென்று இங்கிலாந்து தீர்மானம் செய்துகொண்டுவிட்டது.

கனடா, ஆஸ்திரேலியா முதலிய ஐரோப்பியர் நிறைந்த நாடுகளுக்கு அவர்கள் சுயாட்சி வழங்கியிருக்கிறார்கள். அந்த முறையை இந்த நாட்டுக்கும் கையாண்டால் ஒழிய இங்கே சமாதானம் நிலவுவது அரிதாகும். வெள்ளைத் தோலுள்ள குடியேற்ற நாட்டார்தாம் சுதந்தரம் பெற உரியவர்கள், மற்ற நாட்டினர் அடக்குமுறைச் சவுக்குப் பெற வேண்டியவர்களே என்ற நினைவை ஆங்கிலேயர் தமது அறிவினின்றும் நீக்கிவிட வேண்டும். இந்தியரும் மனிதரே. அவர்களுடைய சுதந்தர உணர்ச்சி கொழுந்துவிட்டு எரியத் தொடங்கிவிட்டது. சர்க்கரையான வார்த்தைகளால், ஆடம்பரத் தீர்மானங்களால் அரச குடும்பத்தினரைப் பொம்மை காட்டுவதுபோலக் கொண்டுவந்து காட்டுவதால், இந்தியரின் கண்ணைத் துடைத்து ஏமாற்றும் நாள் என்றாவது இருந் திருந்தாலும் அந்த நாள் இனித் திரும்பாது. இந்தியாவின் பூர்ண அதிகாரத்தையும் பிறக்கும்.

பாரதியார் அனுப்பிய 'செந்தமிழ் நாடெனும் போதினிலே' என்னும் கவிதைக்கு மூன்றாம் பரிசு கிடைத்திருப்பதாக அறிவிப்பு வந்தது. அப்போது ஐயரும் அங்கிருந்தார். அவர் ஏற்கெனவே அந்தப்பாடலைப் படித்திருந்ததால் அதற்கு நிச்சயம் முதற்பரிசு கிடைக்கும் என்று எதிர்பார்த்தார். மூன்றாம் பரிசுதான் என்று கேள்விப்பட்டதும் ஐயரின் கோபம் எல்லை மீறியது 'பாரதி, முதல் பரிசு, இரண்டாம் பரிசு பெற்ற கவிதைகள் உங்கள் பாடலின் பக்கம் கூட வரமுடியாது. இதன் ஓரடிக்குக்கூட அவை இணையாகா. எப்படிப்பட்ட பாடல்! இதன் அருமை பரிசுக்குத் தேர்ந்தெடுத்தவர்களுக்குத் தெரியவில்லையே! இதன் இனிமையும் சந்த நயமும் வேறு எதில் வரும்? கவிதையை ரசிப்பதற்கும் சொல்லித் தரவேண்டும் போலிருக்கிறது' என்று புலம்பினார் ஐயர்.

'விட்டுத் தள்ளும். நீங்களெல்லாம் சொன்னதனால்தான் அனுப்பி னேன். ஏற்கெனவே தீர்மானம் போலிருக்கிறது' என்றார் பாரதி.

'ஆழ்வார்களுடைய பிரபந்தங்களைப் பொறுக்கி எடுத்துப் புகழ்பெறச் செய்த எம்பெருமானார் போல, உங்கள் கவிதைகளை எடுத்துக்காட்ட மனிதர்கள் இல்லையே' என்று புலம்பினார் ஐயர்.

ஐயரின் இலக்கிய ஆர்வத்தையும் எவருக்கும் அஞ்சாமல் தனது மனத்தில் பட்டதை ஒளிவுமறைவின்றிப் பேசிவிடும் தன்மையையும் அறிந்தவர் பாரதி. பாரதியின் கண்ணன் பாட்டுக்கு ஐயர்தான் முன்னுரை எழுதினார்.

ஐயர் புதுச்சேரியில் இருந்த பொழுது அவருக்குப் பெண்குழந்தை பிறந்தது. அந்தக்குழந்தைக்குச் சுபத்திரா என்று பெயர் சூட்டினார். குழந்தை பிறந்த சில நாள்களே ஆன நிலையில் புதுச்சேரியில் தேர்தல் வந்தது. தேர்தல் என்றால் தெரு அல்லோலகல்லோலப்படும். பாரீஸில் உள்ள பிரெஞ்ச் சட்டமன்றத்துக்குப் புதுச்சேரியின் பிரதிநிதியைத் தேர்ந்தெடுக்கும் தேர்தல் அது. ஐரோப்பியர்களும் ஹிந்துக்களும் அதில் போட்டியிடுவதுண்டு. ஐரோப்பியர்கள் பெரும்பாலும் பிரான்ஸி லிருந்துகொண்டே இங்கே போட்டியிடுவார்கள். அவர்களின் ஆதர வாளர்கள் இங்கே பிரசாரம் செய்வார்கள். எனவே, தேர்தல் சமயத்தில் இரு பிரிவினருக்கும் கடுமையான சண்டைகள் நிகழும். தேர்தல் முடியும் வரை தினமும் கலவரம்தான், அடிதடி சண்டைதான். முன்விரோதத்தைத் தேர்தல் சமயத்தில் தீர்த்துக்கொள்வார்கள். தேர்தல் ஒழுங்காக நடைபெறாது. தடியெடுத்தவன் தண்டல்காரன். யார் அதிக அராஜகம் செய்கிறாரோ அவர் வெற்றிபெறுவார் என்ற நிலை (சீனிவாசாச்சாரியாரின் கையெழுத்துப் பிரதியிலிருந்து).

அந்த வன்முறை நிலையைப் பயன்படுத்தி ஐயரைப் பிடிக்கத் திட்டமிட்டனர் ஒற்றர்களும் காவலர்களும். அடியாட்கள் சிலரை ஏவி விட்டனர். நன்றாகக் குடித்துவிட்டு அவர்கள் ஐயரின் வீட்டின் முன் நின்று கலகம் செய்தனர். 'ஏ, ஐயர், வெளியே வா' என்று கத்தினர்.

எந்த இக்கட்டிலும் சமாளிக்கும் திறமை பெற்றிருந்த ஐயர், இதற்கு அசரவில்லை. ஆனால் சுயபுத்தியற்ற கும்பல் கூடித் தாக்கினால் அங்கே காரணத்தை ஆய்ந்தறியும் பண்பு இருக்காது. கண்மூடித்தனமாகத் தாக்குவார்கள். அதுமட்டுமல்ல. சுபத்ரா கைக்குழந்தை. பாக்கிய லக்ஷ்மியோ பச்சை உடம்புக்காரி. எனவே, நிதானத்தோடுதான் செயல்படவேண்டும் என்று ஐயர் முடிவெடுத்தார். தனது குழந்தையைக் கையிலெடுத்துக் கொண்டார். பாக்கியலக்ஷ்மியின் கரத்தை மெல்லப் பிடித்து அழைத்துச்சென்று தாழ்வாக இருந்த சுவரேறிக்குதித்தார். கைலாகு கொடுத்து அம்மையாரையும் மேலேறிவரச் செய்தார். மூன்றாம் மாடிக்குச் சென்றனர். அங்கே வீட்டுச்சொந்தக்கார

அம்மாளிடம் அவர்களை ஒப்படைத்தார். வெளியிலே கூச்சல் அதிகமாகிக்கொண்டே இருந்தது.

ஐயர் திரும்பவும் வீட்டுக்குள் நுழைந்து தான் உயிரினும் மேலாக மதிக்கும் புத்தகங்கள் சிலவற்றை எடுத்துக்கொண்டுவந்து மனைவியிடம் ஒப்படைத்தார். பிறகு துணிந்து அவ்வீட்டின் மாடியில் ஏறினார். அங்கிருந்த இருட்டு அவருக்குக் கை கொடுத்தது. அங்கே நின்றுகொண்டு தனது சுழல்துப்பாக்கியை எடுத்து வானத்தை நோக்கி இருமுறை சுட்டார். ஐயரைப் பிடிக்கவேண்டும் என்ற வெறியோடு வந்தவர்களாக இருந்தால் அவர்கள் பயந்திருக்க மாட்டார்கள். அவர்கள்தாம் கைக்கூலிகள் ஆயிற்றே! அலறியடித்துக்கொண்டு ஓடி மறைந்தனர். ஐயரின் தீரம் வென்றது. அன்றிலிருந்து பாக்கியலக்ஷ்மி அம்மாளும் பாரதியின் மனைவி செல்லம்மாளும் பெரும்பாலும் ஒன்றாகவே இருந்தனர்.

1914-ம் ஆண்டு 18-ம் நாள் மாலை நேரம். ஜெர்மன் போர்க்கப்பலாகிய எம்டன் சென்னைத்துறைமுகத்தை வந்தடைந்தது. சென்னைக் கடற்கரையிலிருந்து 3,000 மீட்டர் தொலைவில் நின்றது. எம்டன் கப்பலை அழித்துவிட்ட மகிழ்ச்சியில் சென்னைத் துறைமுகம் ஒரே கோலாகலமாக இருந்தது. அங்கிருந்த துறைமுக கிளப்பில் விருந்து நடைபெற்றுக்கொண்டிருந்தது. யாரும் எதிர்பார்க்காத படி அந்த அரங்கை ஒட்டி ஒரு குண்டு வந்து விழுந்தது.

எம்டனை அழித்துவிட்டோம் என்று அவர்கள் எண்ணிக்கொண்டிருந்ததால் துறைமுக விளக்குகள் எல்லாம் எரிந்துகொண்டிருந்தன. துறைமுகத்தை ஒட்டி இருந்த எண்ணெய்க் கிடங்குகள் கப்பலிலிருந்து தெளிவாகத் தெரிந்தன. எம்டனிலிருந்து குண்டு பாய்ந்து வந்து எண்ணெய்க்கிடங்குகளின் மேல் விழ, அவை தீப்பற்றி எரிந்தன. அது எம்டனின் வேலைதான் என்று அறிந்து சுதாரித்துக்கொண்டு தயாராவதற்குள் எம்டன் அங்கிருந்து நகர்ந்துசென்றுவிட்டது. எம்டன் சென்னையைத் தாக்கியதற்கும் புதுச்சேரியில் தங்கியிருந்த சுதேசிய வீரர்களுக்கும் தொடர்பிருப்பதாக ஆங்கில அரசு ஒரு கதைகட்டிவிட்டது. பாண்டிச்சேரி கவர்னரை அணுகி சுதேசிகளை உடனே ஆப்பிரிக்காவுக்கு நாடுகடத்தும்படி கேட்டுகொண்டனர்.

ஏற்கெனவே ஐயர்மீதும் மற்றச் சுதேசிகள் மீதும் ஆங்கிலக் காவல் துறையினர் பல பொய்வழக்குகளைப் போட்டுத் தோல்வியுற்றதை அறிந்த ஆளுநர், அவர்களுக்குச் செவிசாய்க்க விரும்பவில்லை. ஆனாலும், அவர்களின் வற்புறுத்தலின் காரணமாக சுதேசிகளை அல்ஜீரியாவுக்கு அனுப்பச் சம்மதித்தார். பிரெஞ்ச் அரசாங்கத்தின்

கொள்கை காரணமாக அவர்களை நேரடியாக வற்புறுத்த முடியாது. ஆகவே, தூதுவர்கள் மூலமாக விஷயத்தைச் சொன்னார். அல்ஜீரியாவில் சுதேசிகளுக்குச் சகல வசதிகளும் செய்து கொடுக்கப்படும் என்றும் அரசின் செலவில் அவர்கள் அனுப்பிவைக்கப்படுவார்கள் என்றும் தெரிவிக்கப்பட்டது. பால் ராபர்ட் என்பவர் எல்லா ஏற்பாடுகளையும் செய்வார் என்றும் கூறினர்.

இந்தப்பேச்சுவார்த்தை மூன்று நான்கு மாதங்கள் தொடர்ந்தது. சுதேசிகள் கதிகலங்கிப்போயினர். புதுச்சேரியில் இருந்தாலாவது உறவினர்கள் அவர்களை வந்து பார்க்க முடியும். அல்ஜீரியா ஒரு பாலைவனம். அங்கே சென்றால் சுகமாக வாழலாம் என்பதெல்லாம் வெளிவேஷம் என்றுநினைத்தார் ஐயர். எந்த நிமிடத்திலும் தன்னை வெளியேற்றிவிடுவார்கள் என்பது தெரிந்து போனது.

அதற்குள் தனது தாய்த்தமிழுக்குத் தன் பெயர் நிலைக்கும்படி ஏதாவது செய்துவிட்டுப்போகவேண்டும் என்றும் நினைத்தார். திறமான புலமையெனில் வெளிநாட்டார் அதை வணக்கம் செய்ய வேண்டும் என்று பாரதி சொன்னபடி இறவாத புகழுடைய தமிழ் நூலான திருக்குறளை ஆங்கிலத்தில் மொழிபெயர்த்து உலகுக்கு அளிக்க நினைத்தார். சிறிதும் காலதாமதப்படுத்தாமல் அந்த முயற்சியில் இறங்கினார்.

கிடைக்கிற நேரம் கொஞ்சமோ அதிகமோ தெரியாது. எனவே, மெய்வருத்தம் பாராமல் கண்துஞ்சாமல் எவ்வகை வருத்தத்துக்கும் அஞ்சாமல், இன்னும் சொல்லப்போனால் வெளியேற வேண்டி யிருக்குமே என்ற கவலையையும் மறந்து மொழியாக்கத்தில் ஈடுபட்டார். 1914-ம் ஆண்டு நவம்பர் மாதம் 1-ந்தேதி தொடங்கிய அப்பணி, இடைவிடாது நடைபெற்றுவந்தது. மறுநாள் என்னாகும் என்று தெரியாத நிலையில் வள்ளுவர் அவரை முழுதுமாக ஆட்கொண்டார். ஏற்கெனவே ஜி.யு. போப் ஆங்கிலத்தில் திருக்குறளை மொழியாக்கம் செய்திருந்தாலும், அது சரியான மொழிபெயர்ப்பல்ல என்று ஐயர் சொன்னார்.

பைபிள் கால நடையில் எழுதினால் குறளின் தொன்மையை விளக்குமாறு இருக்கும். அதேசமயம் எளிமையாகவும் குழப்பமில்லாமலும் இருக்க வேண்டும். அவ்வண்ணமே தன் பணியைத் தொடர்ந்தார். அவர் திருக்குறளை மொழியாக்கம் செய்து கொண்டிருந்தபோது, மறைந்து வாழும் ஒருவனுக்கு அவர் அடைக்கலம் கொடுத்ததாகச் சொல்லி அவர் வீட்டைப் போலீஸார் சோதனையிட்டனர். அந்தச் சோதனையின் போதும் ஐயரின் பணி தடைப்படவில்லை. 1915-ம் ஆண்டு மார்ச்சு

மாதம் 1-ம் தேதி முன்னுரையை எழுதி முடித்து நிமிர்ந்தார். இனி வெளிநாட்டுக்கு அனுப்பினாலும் திருக்குறளை மொழியாக்கம் செய்த மகிழ்ச்சியோடு செல்லலாம் என நினைத்தார்.

அல்ஜீரியாவுக்குப் போகும்படி ஐயரிடம் புதுச்சேரி கவர்னரே நேரிடையாகக்கேட்டபோது, எல்லாச் செலவுகளுக்கும் சேர்த்து இருபதாயிரம் ரூபாய் கொடுத்தால் சென்றுவிடுவதாக ஐயர் சொன்னார் என்று சுத்தானந்த பாரதியார் எழுதியிருக்கிறார்.

சீனிவாசாச்சாரியார் எழுதிய நினைவலைகளில் தங்களை அனுப்பித்தான் தீரவேண்டுமென்றிருந்ததால், எந்தத் தேசத்துக்குப்போக விருப்பம் என்பதைப் புதுச்சேரி அரசுக்கு எழுதிக்கொடுத்தோம் என்றும் அதுதான் அவர்கள் கடைசியாக எழுதிக்கொடுத்த கடிதம் என்றும் அதற்குப்பிறகு தொந்தரவில்லாமல் அங்கே ஆறு வருட காலம் இருந்ததாகவும் எழுதியுள்ளார்.

★

நளவருஷம் கார்த்திகை மாதம் எட்டாம் நாள் (16.11.1916) காலை பாரதியார் புதுவீட்டுக்குக் குடிபோனார். அன்று இரவு எட்டு மணிக்கு வானத்திலே பொத்தல் விழுந்து அதற்கு மேலே தேக்கிவைத்திருந்த தண்ணீர் ஊற்றுவதுபோல அடை மழை பெய்தது. அதோடு காற்றும் சேர்ந்துகொண்டது. ஊழி புதுச்சேரியில் காலெடுத்துவைத்துவிட்டதோ என்பதுபோல, ஜலப்பிரளயம்.

இருண்ட வானத்தை அவ்வப்போது மின்னல் ஒளிமயமாக்கிக் கொண்டிருந்தது. இடி அடிக்கடி உறுமி அச்சத்தைக்கொடுத்தது. பல வீடுகள் இடிந்து விழுந்தன. வீடுகளில் இருக்க முடியாமல் பலர் வெளியே வந்தனர். வெளியிலே மரங்கள் பல விழுந்து கிடந்தன. எந்த நேரத்தில் எந்த மரம் ஒடியுமோ என்று தெரியமுடியாத நிலையில் எங்கே ஒதுங்குவது என்று தெரியாமல் மக்கள் தவித்தனர். எட்டு மணிக்குத் தொடங்கிய ஈரப்பேயாட்டம் காலை ஐந்து மணிக்குத்தான் நின்றது.

பாரதி என்ன ஆனாரோ, சீனிவாசாச்சரியார் வீட்டில் ஒழுகுமே, என்ன செய்கிறார்களோ என்று கவலைப்பட்டார் ஐயர். வெளியிலே செல்லவும் முடியவில்லை. மழை விட்டதும் பாரதியின் புது வீட்டுக்குப்போனார். பாரதி முதல்நாள் தங்கியிருந்த வீடு இடிந்து விழுந்திருந்தது. பாரதி அங்கே தொடர்ந்து தங்கியிருந்தால் என்ன ஆகியிருப்பார், நல்லவேளை பராசக்தி காப்பாற்றினாள் என்று எண்ணிக்கொண்டு, பாரதியின் வீட்டுக்குச் சென்றார். அதற்குள் பாரதியும் மற்றவர்களைப் பற்றிய கவலையில் வெளியே வந்தார்.

‘பாரதி, நேற்று நீங்கள் இருந்த வீட்டைப் பார்த்தீர்களா?’ என்று கேட்டார் ஐயர்.

‘பார்த்தேன். கொஞ்ச நேரத்துக்கு முன்புதான் அதைப்பற்றி ஒரு பாட்டு எழுதினேன்.

‘நேற்றிருந்தோம் அந்த வீட்டினிலே- இந்த
நேரம் இருந்தால் நாம் என்படுவோம்
காற்றென வந்தது கூற்றமிங்கே-நம்மைக்
காத்தது தெய்வ வலிமையன்றோ?’ என்று பாடினார் பாரதி.

‘ராத்திரி எங்கே தூங்கினார். பராசக்தி நாட்டியமாம். ஒரே பாட்டுத்தான்’ என்றாள் செல்லம்மாள் உள்ளிருந்தபடியே.

‘வெளியிலே மழை, உள்ளே கவி மழையா?’ என்று கேட்டார் ஐயர்.

‘இடி மின்னலை விட்டுவிட்டீர்களே’ என்றார் பாரதி.

‘உங்கள் வீட்டில் ஒன்றும் பிரச்னை இல்லையே?’

‘ஒன்றுமில்லை. பராசக்தி காப்பாற்றினாள். உங்கள் வீட்டில் எப்படி?’

‘அதிகமாக ஒன்றுமில்லை. பின்பக்கத்தில் ஒரு பக்கச் சுவர் விழுந்து விட்டது. வீட்டுக்குள் கொஞ்சம் தண்ணீர் அவ்வளவுதான்.’

‘சரி வாருங்கள், ஆச்சாரியர் வீட்டுக்குப்போய்ப் பார்க்கலாம். அந்த வீடு ஏற்கெனவே கொஞ்சம் சிதிலமாயிருந்தது.’

இருவரும் மண்டையம் சினிவாசாச்சாரியார் வீட்டுக்குச் சென்றார்கள். வீட்டுக்குள் நுழைந்ததும் யதுகிரி எதிர்ப்பட்டாள்.

‘யதுகிரி, எல்லோரும் க்ஷேமமாக இருக்கிறீர்களா?’ என்று கேட்டார் ஐயர்.

‘எல்லோரும் க்ஷேமமாக இருக்கிறோம். ஆனால் வீடுதான் பல இடங்களில்...’ என்று இழுத்தாள் யதுகிரி.

‘வீடு, சாமான்கள் போனால் போகட்டும். உயிர் பிழைத்திருந்தால் சரி’ என்றார் ஐயர்.

‘யதுகிரி, உங்களால் ஆனதைச் சரி செய்துகொண்டு சமையல் முதலிய வற்றைக் கவனியுங்கள். வெளியில் ஏழைகளின் நிலைமை வெகு கஷ்டமாக இருக்கும். எங்களாலான உதவிகளைச் செய்து வருகிறோம். அம்மாவை எங்கும் ஸ்நானத்துக்குப் போக வேண்டாம் என்று சொல். வெளியில் பிணங்கள் மிதந்து வருகின்றன. இந்த அவாந்திர நிலை

குறைந்த பிறகு குளத்தில் ஸ்நானம் செய்யலாம். நீங்களும் வெளியே வராதீர்கள். வீட்டுக்குள்ளேயே இருங்கள்' என்றார் ஐயர்.

பிறகு இருவரும் வெளியிலே சென்றார்கள். பாரதியும் ஐயரும் அரவிந்தர் வீட்டுக்குச் சென்றுவிட்டு அங்கிருந்த நாகசாமி ஐயரையும் அழைத்துக் கொண்டு, மற்ற சுதேசிகளையும் பார்க்கச் சென்றனர்.

வழியெல்லாம் வெள்ளக்காடு. பறவைகளையும், விலங்குகளையும் அடித்துக்கொண்டு வந்தது வெள்ளம். மனிதர்களின் பிணங்கள் அங்கங்கே மிதந்தன.

மரங்கள் பல வேரோடு கீழே சாய்ந்திருந்தன. அந்தக் கோரமான காட்சியைக்கண்டு ஐயரும் பாரதியும் மனம் கலங்கினர். பாதிக்கப் பட்டவர்களுக்கு உடனடியாக ஏதாவது செய்தாக வேணுமென்றனர். அரசாங்கம் செய்யும் என்று விட்டுவிட முடியாது. அழிவு அதிகம். சாப் பாட்டுக்கு இல்லாமல் கஷ்டப்படுபவர்களுக்கு முதலில் உணவு அளிக்கவேண்டும். எனவே, ஐயர் தனது ஆயுதப்பயிற்சிச் சீடர்களைத் திரட்டினார்.

நாகசாமி ஐயரையும் இன்னும் சிலரையும் ஊர்ப்பெருமக்களைச் சந்தித்து நன்கொடை வசூலிக்க அனுப்பினர். மக்களே தாமாக முன்வந்து பொருளுதவி செய்தனர். வீடிழந்து உணவின்றி இருந்தவர் களுக்கு உடனடியாக ஏற்பாடு செய்தனர். ஈசுவரன் தர்மராஜ கோயில் தெருவில் கூழ் காய்ச்சி மக்களுக்குக் கொடுக்க ஏற்பாடாயிற்று. காயம் பட்டவர்களுக்கு உடனடியாக மருத்துவச் சிகிச்சைக்கு ஏற்பாடு செய்யப் பட்டது. பல தென்னை மரங்கள் விழுந்திருந்ததால் மட்டைகளை வெட்டி பிய்ந்துபோன குடிசை ஓலைகள் சீர்செய்யப்பட்டன. அவரவர் வீடுகளுக்குத் தேவையான பொருள்களைத் தந்து அவர்களைக் கொண்டே வீடுகளைச் சீர்செய்தார்கள். ஐயரும் பாரதியும் குடிசைப் பகுதிகளுக்குச் சென்று அங்கு பல உதவிகள் செய்தனர். அங்கு நடந்த ஒரு நிகழ்ச்சி மனத்தை உலுக்கியது.

ஒரு கிழவி பாரதியிடம் வந்து, 'ஐயா, என் வீடு விழுந்துவிட்டது. எனக்குக்கட்டிக்கொடுக்க ஆளில்லை. நீயே கொஞ்சம் கட்டிக் கொடுத்துவிடுகிறாயா?' என்று கேட்டார்.

உடனிருந்த ஐயர், 'எங்கேயம்மா உன் வீடு ?' என்று கேட்டார்.

வெறும் வாசல் சட்டம் மட்டும் இருக்கும் ஒரு பொட்டலைக் காட்டினாள்.

'இதுவா உன் வீடு?' என்று கேட்டார் பாரதி.

'ஆமாம். இங்கே வீடு இருந்ததா என்று சந்தேகமா? இந்தப் புயலுக்கு முன்னே இந்த வீட்டைப் பார்த்திருக்கணும். அவ்வளவு அழகு. ஹூம். இந்தக் காத்து எமன்போல வந்து இதை ஒண்ணுமில்லாம ஆக்கிடுச்சு' என்றாள்.

எவ்வளவு பெரிய தத்துவம்!

ஐயரைப் பார்த்து, 'பார்த்தீர்களா, அவள் சொல்வதும் உண்மைதானே. உயிர்போன பிறகு வெளிச்சம் எலும்புக்கூடுதானே?' என்றார் பாரதியார்.

'உண்மைதான்' என்றார் ஐயர்.

'இந்தக் கிழவி எவ்வளவு பெரிய உண்மையைச் சொல்லிவிட்டாள்! எனக்கு இப்பொழுதான் ஆதிசங்கரரின் மாயை நீங்கினால் நிர்வாணம் என்பதற்குப் பொருள் தெரிகிறது. காற்றில்லாவிட்டாலும் வெறும் சட்டம். காற்று மிதமீறினாலும் வெறும் சட்டம்' என்றார் பாரதி.

அந்தக் கிழவியின் வீட்டைக் கட்டிக்கொடுக்க ஏற்பாடு செய்தனர்.

தர்மராஜா கோயிலில் சுமார் ஒருமாதம் வரையில் வீடும், உணவும் அற்ற ஏழைகளுக்குக் கூழ் வார்ப்பது தொடர்ந்தது. சுதேசிகள் தாங்களும் முனைந்து வேலை செய்தார்கள்.

அந்த மழை பல கெடுதிகளைச் செய்தாலும் ஓர் அற்புதமான பாடல் உருவாகக் காரணமாக அமைந்தது. 'திக்குகள் எட்டும் சிதறி...' என்ற பாரதியின் பாடல் அப்பொழுது எழுதப்பட்டதுதான்.

ஐயருடைய மனைவி பாக்கியத்தம்மாளும் செல்லம்மாளும் ஒருவருக் கொருவர் அனுசரனையாக இருந்ததுபோல, ஐயரும் பாரதியும் அடிக்கடி சந்தித்துக் கொள்வதுண்டு. அப்படிச் சந்திக்கும் போதெல்லாம் பாரதி பாடல்கள் பாட அவற்றைக்கேட்டு ரசிப்பார் ஐயர். ஒருநாள் பாரதியாரின் வீட்டில் இருந்தபோது ஐயர் வந்தார். பாரதி கண்களில் கண்ணீர் தளும்பி நின்றது.

'என்ன பாரதி, ஏன் இந்தத் துக்கம்?' என்று கேட்டார் ஐயர்.

'பிஜித் தீவில் நம் தமிழ்ப்பெண்கள் படும் கஷ்டத்தைக் கேள்விப் பட்டேன். கண்ணீர் வந்தது. எப்படியெல்லாம் ஏமாற்றி அவர்களைக் கூட்டிக்கொண்டு செல்கிறார்கள் தெரியுமா?' என்று கேட்டார் பாரதி.

'நானும் கேள்விப்பட்டிருக்கிறேன். ஆனால் விவரமாக எனக்குத் தெரியாது' என்றார் ஐயர்.

'நேற்று ஒரு பத்திரிகையில் படித்தேன். ஒரு கிருஹஸ்தன் சாப்பாட்டை முடித்துக்கொண்டு ஆபீஸுக்குப் போயிருக்கிறான். அவன் சம்சாரம்

வேலகளை முடித்துவிட்டுக் குழந்தைகளுடன் உட்கார்ந்திருக்கிறாள். அக்கம் பக்கம் யாருமில்லை. யாரோ ஒருவன் வந்து சீட்டு ஒன்றை அந்தப்பெண்ணிடம் கொடுத்திருக்கிறான். அதில் அவன் புருஷன் மிகவும் ஆபத்தான நிலையில் இருப்பதாகவும் உடனே புறப்பட்டு வரும்படியும் எழுதியிருந்ததாம். அவள் பதறிப்போய் உடனே புறப் பட்டாள். அந்த அயோக்கியன் அவளை துறைமுகத்துக்கு அழைத்துச் சென்று கப்பலில் ஏற்றியிருக்கிறான். அவளும் சந்தேகத்துடன் ஏன் அங்கே அழைத்துப்போகிறாய் என்று கேட்டிருக்கிறாள். அவளுடைய கணவன் அங்கேதான் ஆபத்தான நிலையில் இருக்கிறான் என்று சொல்லிக் கூட்டிக்கொண்டு போனான். அவனது அலுவலக அதிகாரி அந்தக் கப்பலின் கேப்டனுக்கு ஒரு கடிதம் கொடுத்தனுப்பினான். அதைக்கொண்டுவரும்போது கால்தடுக்கிக் கீழே விழுந்து மண்டை உடைந்துவிட்டது என்றானாம். அவள் மேல் மாடிக்குள் போவதற்குள் கப்பல் புறப்பட்டுவிட்டதாம். அங்கே ஏற்கெனவே இவளைப்போல் பலபெண்கள் கதறி அழுதுகொண்டிருந்தார்களாம்' என்றார் பாரதியார்.

'அவளது புருஷன் என்ன ஆனான்?' என்று கேட்டார் ஐயர். அவன் வீட்டுக்கு வந்து பர்த்தபோது, ஒரு சின்னக் காகிதத்தில், 'நீ ஒரு ஏழை. உன்னோடு வாழ எனக்குப் பிடிக்கவில்லை. நான் பெரிய வேலைக்குப் போகிறேன்' என்று எழுதியிருந்ததாம்.

'எழுதப் படிக்கவே தெரியாத அவள் இப்படி எப்படி எழுதியிருக்க முடியும் என்று ஐயப்பட்டு அவன் போலீஸில் பிராது கொடுத்தானாம். என்ன செய்ய? போனது போனதுதான்' என்று சொல்லிக்கொண்டே - 'இந்த வேதனையில் எழுதிய பாட்டுத்தான் 'கரும்புத் தோட்டத்திலே பாடட்டுமா?' என்று கேட்டார் பாரதி.

பாரதி பாடத் தொடங்கினார்,

> கரும்புத் தோட்டத்திலே- ஆ
>   கரும்புத்தோட்டத்திலே
> கரும்புத் தோட்டத்திலே -அவர்
>   கால்கைகளும் கைகளும் சோர்ந்துவிழும்படி வருந்துகின்றனரே.

அறையெங்கும் பாரதியின் குரல் நிரம்பியிருந்தது. சற்றைக்கெல்லாம் யதுகிரியின் அழுகுரலும் சேர்ந்துகொண்டது. பாட்டை நிறுத்திவிட்டு, 'அழாதே யதுகிரி' என்றார் பாரதி.

'பாரதி, எளிதில் கலங்காத என்னையே இந்தப்பாடல் கண்கலங்க வைத்துவிட்டதே. யதுகிரி அழக்கேட்கவா வேண்டும்' என்றார் ஐயர்.

'அவள் சின்னப்பெண். இராத்திரியெல்லாம் கிலிபிடித்திருப்பாள்' என்றார் யதுகிரியின் தந்தை மண்டையம்.

‘கொஞ்சம் கஷ்டங்களையும் குழந்தைகளுக்குக் காட்டவேணும். கோழை நெஞ்சு என்று மூடி வைத்தால் பின்னர் கஷ்டமாகும்’ என்றார் ஐயர்.

‘நீ எழுந்து உள்ளே போம்மா’ என்று சொல்லி பாரதி அவளை அனுப்பிவிட்டுத் தொடர்ந்து அப்பாடலைப் பாடினார்.

ஐயர் சாஸ்திர சம்பிரதாயங்களில் ஊறியவர் என்றாலும் கூட ஜாதி ஒழிப்பு, தீண்டாமை ஒழிப்பு ஆகியவற்றில் பாரதியின் கருத்தையே கொண்டிருந்தார். பாரதி கனகலிங்கம் என்ற ஹரிஜனச் சீடனுக்குப் பூணூல் போட்டபோது, ஐயர் முன்னிருந்து நடத்தினார். அவரிடம் எல்லா இனத்தவரும் மதத்தவரும் சீரப் பயிற்சி கற்றுக்கொண்டார்கள்.

தினமும் காலையில் கடற்கரைக்குச் செல்லும் பழக்கமுடைய ஐயர், பாரதி கடற்கரை மணலில் ஒருவித மயக்கத்தில் படுத்திருப்பதைப் பார்த்திருக்கிறார்.

அதற்குக் காரணமென்ன என்பதும் அவருக்குத் தெரியும். கவிதாவேசம் மிக்க அந்தக் கவிஞன், போதைக்கு அடிமையாகிவிட்டானே என்று அவர் வருந்தினார். தனக்குத் தெரிந்த உண்மையை மற்றவர்களிடம் சொல்லித் தன் உயிர் நண்பரின் பெயருக்குக் களங்கம் கற்பிக்க அவர் விரும்பவில்லை. பாரதியிடம் நேரடியாகச் சொல்லிப் பார்த்தார். பலனில்லை. பாரதிக்குச் சாமியார் சகவாசம் அதிகமாயிற்று. ஒருசமயம் அவரது வீட்டில் உள்ளவர்கள் பாரதியைக் கடற்கரையில் கண்டு வீட்டுக்கு அழைத்து வந்திருந்தனர். அதைப் பற்றி ஐயரிடம் சொன்ன போது, ‘அந்த நிலையில் அவரைப்பார்த்தபோது அவருக்கு உங்களை அடையாளம் தெரிந்ததா’ என்று சூசகமாகக் கேட்டாராம்.

அத்தியாயம் 8

ஆங்கிலத்தில் பி.ஏ.,பி.எல்., எல்.டி. முதலிய பட்டங்களைப் பெற்று விட்டு, வக்கீலாகவோ உபாத்தியாயர்களாகவோ வேலை பார்த்துக் கொண்டிருந்தால், தமிழில் புதிய இலக்கியங்கள் உற்பத்தியாகி விடுமா? தற்காலத் தமிழ் இலக்கியங்கள் ரசிக்க வில்லையானால் வங்காளிகளும் மகாராஷ்டிரர்களுமா ரசிக்கக்கூடிய தமிழ் இலக்கி யங்கள் இயற்றுவார்கள்? நாமல்லவோ முயற்சியைக் கைப்பிடித்து நூதன எண்ணங்களையும் கருத்துகளையும் தமிழில் விசிறிவிட வேண்டும்.

'ஐயர், குளத்தங்கரை அரச மரம் கதையை முடிச்சாச்சா?' என்று கேட்டார் பாரதி.

'முடித்துவிட்டேன். அச்சுக்கு அனுப்பவேண்டும்.'

'செல்லம்மா, தங்கம்மா, யதுகிரி எல்லோருக்கும் ஏன், எனக்கும் கூட அந்தக் கதை ரொம்பப் பிடிச்சிருக்கு. அவாள்ளாம் ருக்மணியைச் சாகடிச்சிருவீங்களோன்னு பயப்படறா?'

'இதிலே பயப்படறதுக்கு என்ன இருக்கு? கதைதானே?'

'அவ்வளவு உணர்ச்சிகரமா இருக்கே. அந்தக் கதையிலே அவாள்ளாம் ஒன்றிப்போயிட்டா?'

'ருக்மணியைக் குளத்தில் தள்ளியாயிற்று' என்றார் ஐயர்.

‘இந்தப் பெண்கள் உங்களைச் சும்மா விடப்போவதில்லை’ என்று சொன்னார் பாரதியார்.

அந்த அளவுக்கு அந்தக்கதை பலரையும் ஈர்த்திருந்தது. ஐயருடைய முன்னுரைகள் கூட ஒரு தனி இலக்கியமாகத் திகழும் பேறு பெற்றவை.

திருக்குறளுக்கு ஐயர் விரிவாக முன்னுரை எழுதியிருக்கிறார். அந்த முன்னுரையின் அருமையைக் கருதி அதை மட்டுமே வேறு மொழி களில் மொழிபெயர்த்தவர்களும் உண்டு. எந்த நேரத்தில் மேலே தொங்கிக்கொண்டிருந்த வாள் தலையில் விழுமோ என்ற நிர்ப்பந்தத்தில் குறளை ஆங்கிலத்தில் மொழிபெயர்த்ததாகவும், அதற்குமுன் அதை ஆங்கிலத்தில் மொழிபெயர்த்தவர்கள் குறளாசான் கருத்தைச் சரிவரத்தெரியாமல் மொழியாக்கம் செய்திருப்பதாகவும் எழுதியுள்ளார். ஜி.யு. போப் ஒலி நயம் வேண்டுமென்பதற்காக, குறளின் உயிரைப் பிடிக்கத் தவறியதையும் இன்னொருவர் எது உயிரான கருத்து என்பதைப் பல இடங்களில் காணத்தவறியதையும் குறிப்பிட்டுள்ளார்.

திருக்குறளை மேலை நாட்டு இலக்கியங்களுடன் ஒப்பிட்டுள்ளார். தமிழ்நாட்டுக்கே சிறப்பானதாகக் கருதப்படும் மடலூர்தல் ஷேக்ஸ்பியரின் ட்வெல்ஃப்த் நைட் நாடகத்தில் வருவதைச் சுட்டிக்காட்டியிருக்கிறார். அந்த முன்னுரை மட்டுமே ஓர் தனி ஒப்பாய்வாக அமைந்திருக்கிறது.

மஹாத்மா காந்தி வ.வே.சு. ஐயரின் திருக்குறள் ஆங்கில மொழி யாக்கத்தைப் படித்திருக்கிறார். அவர் திருக்குறளைப்பற்றி எழுதும் போது வ.வே.சு.ஐயரின் ஆங்கில மொழியாக்கத்தைப் பற்றியும் குறிப்பிடுகிறார். வள்ளுவரின் குறட்பாக்கள் தமது ஆன்மாவைத் தொடுவதாகக் குறிப்பிட்டார்.

1917-ல் புதுச்சேரிக்கு காந்திஜி வந்தபோது, காந்திஜியை ஐயர் சந்தித்தார்.

‘தென்னாப்பிரிக்காவிலும் கெய்ரோவிலும் காந்தி பெற்ற வெற்றிகளைக் கண்டேன். அப்போதே அவரிடம் பற்றிருந்தது. லண்டனில் அவரைப் பார்த்தபோது சத்தியவான், தேஜஸ்வி என்று நினைத்தேன். அப்போது கத்தியில் நம்பிக்கை இருந்த காலம். அதற்குமேல் ஆத்மசக்தியொன்று உண்டென்று மகாத்மா விளக்கினார். தமது சாத்வீக எதிர்ப்பைப் பற்றியும் யோசிக்கும் படி தூண்டினார்.

அதில் நம்பிக்கை வரப் பத்தாண்டுகள் ஆயின. மகாத்மாவின் வழியால், இரத்தம் சிந்தாது நமது காரியம் முன்னேறும் எனத் தெரிந்ததும் மனம் அவரையே தலைவராகப் பின்பற்றியது. மஹாத்மா இணையற்றத் தலைவர்’ என்று ஐயர் அடிக்கடி கூறுவார்.

காவலர்களின் கெடுபிடி கடந்த இரண்டு வருடங்களாகவே சற்றுக் குறைந்திருந்தது. அப்பொழுதிருந்த சூழ்நிலையில் அரசியலில் தீவிர மாக ஈடுபட முடியவில்லை. அந்தப் பொழுதுகளில் ஐயர் தனது அடுத்த காதலான தமிழ் இலக்கியத்தைப் படைப்பதிலும், தமிழுக்குப் புதிய நூல்களை அறிமுகப்படுத்துவதிலும் ஆர்வம் காட்டினார். அயல் இலக்கியங்களில் சிறந்து விளங்கும் வடிவங்களைத் தமிழுக்குக் கொணர்வதில் தீவிரம் காட்டினார்.

தமிழில் சிறுகதை வடிவம் அப்பொழுது செப்பம் பெற்றிருக்கவில்லை. எனவே, தனது அடுத்த முயற்சியாகச் சிறுகதைகளைத் தமிழில் படைக்க முனைந்தார். சரித்திர கால நிகழ்ச்சிகளை உண்மையும் சொந்தக் கற்பனையும் கலந்து படைக்கும் ஆங்கில இலக்கிய உத்தியைத் தமிழுக்கு அறிமுகப்படுத்தும் முயற்சியில் மங்கையர்க்கரசியின் காதல் சிறுகதை உருவானது.

தமது கதைகளில் ரீதி புதிது என்பதைக் கூறும் ஐயர், அந்த ரீதிக்குத் தமிழ் வாசகர்கள் பழக்கமில்லாதவர்கள் என்ற காரணத்தால் கதைகளில் முன்னுரையாக சூசிகை எழுதினார்.

வ.வே.சு. ஐயர் சிறுகதை எழுதும் முன்பே பலர் சிறுகதைகள் எழுதி யிருக்கின்றனர். என்றாலும் பல இலக்கிய விமரிசகர்கள், குறிப்பாக சிறுகதை மன்னன் புதுமைப்பித்தன் சொன்னார்: 'சிறுகதைக்குத் தமிழில் உருவும் உயிரும் கொடுத்தவர் அவர்தான். ஒரு விதத்தில் இவரைச் 'சிறுகதையின் பிதா' என்று ஆங்கில மரபை ஒட்டிக்குறிப்பிடலாம்... குளத்தங்கரை அரச மரத்தை யார்தான் மறக்க முடியும்? அவருடைய லைலா மஜ்னூன், எதிரொலியாள் முதலிய கதைகளில் அந்நிய நாட்டுக் கதாபாத்திரங்கள் மிகவும் திறமையாகச் சித்திரிக்கப்பட்டிருக்கின்றன. ஐயரவர்களின் சிறுகதைகள் மிகவும் உயர்ந்த ரகத்தைச் சேர்ந்தவை. அவருடைய கதைகளில் பாலையின் வெக்கை நம்மைப் பொசுக்கும் முகலாய நந்தவனத்து அந்தப்புரங்களின் வைபவம் நம்மைக் களிப்பூட்டும். கிரேக்க தேசத்துக் கடவுளர் நம்முடன் உறவாடுவர். பிரெஞ்சுப் போர்க் கள ரத்தப் பயங்கரம் நம்மை மிரட்டும். பிறநாட்டு மரபுகளையும் பெயர்களையும் நம்மால் ரசிக்க முடியாது என இன்றைய விமரிசகர்கள் சிலர் சொல்லிக் கொண்டிருப்பதற்குத் தகுந்த பதில் அவர் கதைகள்.'

ஐயர் எழுதிய சிறுகதைகள் அவரது இலக்கியக் கொள்கையை முழுமை யாக வெளிப்படுத்துவன. கதைகள் 'கவிதைகள் நிரம்பியனவாக ரஸபாவோ பேதமாய் இருக்கவேண்டுமென்பது எனது அபிப்பிராயம்' என ஐயர் மங்கையர்க்கரசியின் காதல் தொகுதிக்கு எழுதிய முகவுரை யில் குறிப்பிட்டுள்ளார். சிறுகதை என்னும் மேனாட்டு இலக்கிய உருவத்தை, புதியதோர் இலக்கிய வகையைப் படிக்கிறோம் என்ற

உணர்வு எழாது, தமிழுக்கு இயல்பான ஒன்றையே படிக்கிறோம் என்னுமாறு படைத்துள்ளார்.

வ.வே.சு. ஐயர்தான் தமிழ்ச்சிறுகதை இலக்கியத்தின் தந்தை என்று கூறியதற்கு முதற்காரணம் அவரது ஒவ்வொரு கதையிலும் ஒவ்வொரு வகையான உத்தியைக்கையாண்டு தமிழ் வாசகர்களை 'ரீதி புதிது' என்ற ஒரு புதிய பார்வைக்கு இழுத்துச் சென்றதுதான்.

ஐயர் கதைகள் எழுதுவதற்கு முன்பே பாரதியார் சிறுகதைகள் எழுதி யிருக்கிறார். அவரும் 'ரீதி புதிது' என்ற வகையில் பிறப்பில் தொடங்கி இறப்புவரை கதை சொல்லாமல் நடுவிலே தொடங்கி பின்னோக்கிப் பாயும் வடிவமாக எழுதப்போவதாகவும் இரண்டு முறைகளையும் கலந்து கொடுப்பதாகவும் சொல்லியிருக்கிறார். ஆனால் சிறுகதைத் தொகுதி என்ற முறையில் பல்வேறுபட்ட வகைகளைத் தொகுத்துத் தந்த பெருமை வ.வே.சு. ஐயரையே சாரும் என்பது பலரது கருத்து.

வ.வே.சு. ஐயர், பாரதி ஆகியோர் புதுச்சேரியில் வாழ்ந்த காலத்தில் இருவேறுபட்ட மனநிலை கொண்ட அறிஞர்களிடையே தமிழ் சிக்கித் தவித்தது.

'தற்கால சாஸ்திரங்களைத் தமிழில் சொல்ல தமிழில் போதிய சொற்கள் இல்லை. எனவே, எல்லாவற்றையும் ஆங்கிலத்தில் கற்பதுதான் சிறந்தது. இலக்கியத்துக்கு தமிழை வைத்துக்கொண்டு மற்றவற்றுக்கு தமிழை விட்டுவிடலாம்' என்று பேசிய மெத்தப்படித்த பண்டிதர் களைக் கண்டு ஐயருக்கு எரிச்சல் வந்தது.

'தற்கால சாஸ்திரங்கள், பயிற்சிகள், நாகரிகங்கள், கலைகள் முதலிய வற்றைப் பற்றித் தமிழில் இன்றைக்கு நூல்கள் இல்லை என்பது வாஸ்தவம். சரசமாகவும் சுகமாகவும் அவற்றையெல்லாம் தமிழ் பாஷையில் விவரிக்கச் சில வருஷங்களாவது செல்லும் என்று நாம் ஒப்புக்கொள்கிறோம்.

ஆனால் அது யாருடைய பிசகு? இத்தனை வருஷங்களாக நீங்கள் என்ன செய்துகொண்டிருந்தீர்கள்? தற்கால சாஸ்திரங்களையும், பயிற்சி களையும் பற்றிக் கம்பனும் காளமேகனும் எழுதியிருக்க வேண்டும் என்கிறீர்களா? தற்கால விஷயங்களைப் பற்றித் தற்காலம் வசிப்போர் தான் எழுதவேண்டும். தமிழ் பாஷையில், அவ்விஷயங்களைப் பற்றிய நூல்கள் இல்லை என்பது வாஸ்தவமானால் இனிமேல் எழுத முடியாது என்பது வாஸ்தவமாகுமா? யார் அதற்கு வேண்டிய கல்வி, கேள்வி, புத்தி, யுக்தி, விடாமுயற்சியுடன் முயன்றார்கள்?

தமிழ்நாட்டு வீரேசலிங்கம் எங்கே? தமிழ்நாட்டு ராம்மோஹன்ராய் எங்கே, மதுசூதன தத், தே.லா.ராய், ரவீந்திரநாத் தாகூர் இவர்களெல்லாம் எங்கே?

ஆங்கிலத்தில் பி.ஏ., பி.எல்., எல்.டி. முதலிய பட்டங்களைப் பெற்றுவிட்டு வக்கீலாகவோ உபாத்தியாயர்களாகவோ வேலை பார்த்துக் கொண்டிருந்தால் தமிழில் புதிய இலக்கியங்கள் உற்பத்தியாகிவிடுமா? தற்காலத் தமிழ் இலக்கியங்கள் ரசிக்கவில்லையானால் வங்காளிகளும் மகாராஷ்டிரர்களுமா ரசிக்கக்கூடிய தமிழ் இலக்கியங்கள் இயற்றுவார்கள்? நாமல்லவோ முயற்சியைக் கைப்பிடித்து நூதன எண்ணங்களையும் கருத்துகளையும் தமிழில் விசிறிவிடவேண்டும்.'

★

'புதிய சாஸ்திரங்களையும் புதிய எண்ணங்களையும் தமிழில் கொண்டு வருவதானால் ஒரு நல்ல வசன நடை அவசியம். தமிழில் நல்ல வசனநடை இல்லை என்பது என் அபிப்பிராயம். உரைகளையும் தற்காலத்தில் வால்மீகி ராமாயணம், ஆனந்த மடம் முதலியவற்றிலிருந்து செய்திருக்கிற பாஷாந்திரங்களையும், சில நாவல்களையும், ஞான ரதத்தையும் விட்டால் வேறு வகை நூல்கள் தமிழில் இல்லை என்றே சொல்லலாம்.

தற்கால பாஷைகளான பிரெஞ்சு, ஆங்கிலம், ஜெர்மன், இத்தாலியன் இவற்றில் உள்ள வசன நூல்களைப் பார்த்தால் எத்தனை அழகு, எத்தனை பொலிவு, எத்தனை மேன்மை, எத்தனை விதமான நடைகள்.

தமிழுக்கும் அத்தகைய நடைகள் வேண்டும் என்றும் இலக்கியத்தில் பழகிவந்து வழக்கிழந்து துருப்பிடித்த வாள்போலும் முயற்சியின்றி வீணாகின. 'ஐயா' என்ற சொல்லிருக்க ஏன் 'ஸார்' என்று சொல்ல வேண்டும்.' மறுமலர்ச்சி என்னும் தமிழ்ச்சொல்லை உருவாக்கியவர் ஐயர்.

அந்தச் சொல்லை அவர் ஏன் உருவாக்கினார்?

'மரங்களில் புதிய மலர்கள் பூப்பதுபோல, நமது ஜாதியிலும் புதிய வேகமும் புகழும் பிறக்கப்போகின்றன என்பதற்கு இந்த இயக்கங்கள் அறிகுறியாயிருப்பதால், இவற்றின் தொகுதிக்கு நாம் மறுமலர்ச்சி என்று பெயரிடுகிறோம்.'

மேற்கத்திய நாடுகளிலும் இந்தியாவில் வங்களம், மஹாராஷ்ட்ரம் ஆகிய பகுதிகளிலும் உருவாகிவரும் புதுவகை இலக்கிய முயற்சிகள், தமிழ்நாட்டில் வரவேண்டும் என ஐயர் விரும்பினார். குறிப்பாக புதின இலக்கியத்தில் அவர் ஆர்வம் காட்டினார். சமுதாய சரித்திரக்கதைகள்

மக்களை ஈர்க்கும் வண்ணம் அதேசமயம் உண்மையும் கற்பனையும் கலந்து தமிழ்ப் பண்பாட்டுக்கு ஊறு நேராதவண்ணம் படைக்கப்பட வேண்டும் என்று விரும்பினார். சிறுகதைகள் புதிய உத்திகளில் எழுதப்படவேண்டும் என்றும் ஆசைகொண்டார். அவற்றைத் தாமே படைத்து வெளியிட்டார். அவரது குளத்தங்கரை அரச மரம் கதை, தமிழ் இலக்கியத்தில் என்றும் நிலைத்திருப்பது.

'தமிழ்நாட்டு மன்னர்களையும், வீரர்களையும் பாரத நாட்டின் மற்ற பாகங்களில் தோன்றிய வீரர்களையும் கதைத் தலைவர்களாக வைத்து ஸ்காட், துமாஸ் முதலிய மேனாட்டுக் கதாசிரியர் எழுதிய கதைகள் போன்ற கதைகளையும், நமது குடும்ப விவகாரங்கள் விஷயமாகக் கொண்ட கதைகளையும் நமது கற்றோர் எழுத முன்வரவேண்டும். கதைகளும் ரஸம் பொருந்தி சுவையாயிருப்பதோடு பெருநோக்கம் கொண்டவையாக இருத்தல் வேண்டும்' என்றார் ஐயர்.

வ.வே.சு. ஐயருக்கே அந்த ஆசை இருந்தது. கரிகால் பெருவளவன் காலம் அல்லது அதற்கும் முந்தின யுகம், ராஜேந்திர சோழன் காலம் ஆகிய இந்தப் பெருங்காலங்களில் நிகழ்ந்ததாகப் பல கதைகள் எழுதவேண்டும் என்கிற ஆசை அவருக்கு இருந்தது.

'மங்கையர்க்கரசியின் காதல் முதலிய கதைகளை வெளிப் படுத்தியதோடு, லைலா மஜ்னூன், அனார்கலி முதலிய கதைகளும் கைப்பழக்கத்துக்காக எழுதிவருகிறேன். நாளாவட்டத்தில் பெரிய சரித்திரத்தை எழுதும் நிலைமைக்கு வரும் என்று நினைத்தே சிறுகதைகளை எழுதி வருகிறேன்' என்று தனது நண்பர் ஒருவருக்கு எழுதிய கடிதத்தில் குறித்திருக்கிறார்.

புதிதாக எழுதப்படும் கதைகள் எப்படியிருக்கவேண்டும் என்றும் ஐயர் சொல்லியிருக்கிறார்.

'அவ்விலக்கியங்களில் ஆசிரியனுடைய மனோதர்மத்தின் முத்திரை விழுந்திருக்க வேண்டும். ஆசிரியனுடைய மனோபாவம் வாலையைப் போன்றிருக்கவேண்டும். வாலையானது தனக்குள்ளே பெய்யப்பட்ட பொருள்களின் தன்மையையே மாற்றிவிடுகிறது. 'மாற்றி' அக்கூட்டுப் பொருள்களைவிட உயர்ந்ததோர் புதிய பொருளைத் தருகிறது.'

'கதைகளில் உபதேசம் தனியாக ஒலிக்கக் கூடாது. 'ஜீவ சம்பந்தத்தோடு பிணைந்து நிற்க வேண்டும்' நூலில் அங்கங்கே அறமொழிகளைப் பெய்து வைத்தல் மூன்றாம் தரத்து ஆசிரியர்களுக்கும் சாத்தியம்.'

'எல்லாவற்றையும்விட ஒரு பெரிய திட்டம் வைத்திருக்கிறேன். அதாவது தூமாஸ், பிரெஞ்சு சரித்திரமனைத்தையும் கற்பனைக்

கதைகளாகச் செய்து சரி பண்ணி பிரெஞ்சுக்காரனையும் தன் தேச சரித்திர விஷயத்தில் கற்றவனாயும் உற்சாகியாயும் ஆக்கிவிட்டதைப் போல, தமிழ்நாட்டுச் சரித்திரமனைத்தையும் கற்பனைக் கதைகளாகச் செய்யவேண்டுமென்றிருக்கிறேன். பாரியும் நன்னனும், கபிலரும் நக்கீரரும் கரிகாலனும் செங்குட்டுவனும், ராஜராஜனும், ராஜேந்திரனும், விஜயாலயனும், சுந்தரமூர்த்தி நாயனார் முதலிய சைவ நாயன்மார் களும் குணசேகரன், ராமாநுஜன், தேசிகர் முதலிய வைஷ்ணவ ஆச்சார்ய மகான்களும் நமது கதைத்தொடரில் நாயகர்களாக விளங்கி, காம்பீர்யம் முதலிய பௌருஷமான ரசங்களுக்கு நிலையமாக நின்றால், அடுத்த தலைமுறை முதல் தமிழ் இலக்கியத்தையும், தமிழ்ச் சரித்திரத்தையும் யார் அவமதிப்பார்?'

'கொள்ளக் கூடியவற்றைக் கொண்டு, தள்ளவேண்டியவற்றைத் தள்ளி தமிழ்ப் பேரிலக்கியங்கள் எழுதி, நமது தாய்மொழியைத் தற்கால வளர்ச்சியிலும் மற்ற நாட்டு பாஷைகளுக்கு எள்ளளவும் தாழாத பாஷையாக ஆக்க முயலுவார்கள் என நம்புவோம். தமிழணங்கு நீடு வாழ்க!'

தாய்மொழி மூலம்தான் கல்வி கற்றுக்கொடுக்க வேண்டும் என்பதில் ஐயர் தீவிரமாக இருந்தார். ஆனால் அந்தக்காலத்தில் தாய் மொழியைப் பேசுவதையே அவமானமாகப் பலர் கருதினர். இந்த நிலையைப் போக்கத் தாமே ஒரு பள்ளி நிறுவி அதன்மூலம் தமிழ் மூலம் பாடங் களைக் கற்றுக்கொடுக்க விரும்பினார்.

'தமிழ்மொழிக் கல்வியைக் கைவிட்டு, ஆங்கிலத்தைக் கைப் பற்றுவதாவது? உலகத்தில் சிரிப்பார்கள். யாரும் தங்கள் பாஷையை விட்டுவிட்டு, வேறு பாஷையைச் சுயமாக்கிக்கொண்டிருப்பதாக நாம் கண்டதுமில்லை, கேட்டதுமில்லை... தாய்ப்பாலுடன் கல்லாத பாஷையில், ஒருவன் உலகம் மெச்சும் படியான காவியங்கள் எழுதுவேன் என்பது அறியாமை' என்றார்.

ஐயர் தமிழ் இலக்கணம் நன்கு கற்றுத் தேர்ந்தவர். அதுமட்டுமல்ல இலக்கண ஆராய்ச்சிகளும் செய்திருக்கிறார். இலக்கணம் உண்டாவ தற்கு முன் எவ்வளவு சிரேஷ்டமான இலக்கியங்கள் தமிழ்மொழியில் இருந்திருக்க வேண்டுமென்று வியந்திருக்கிறார். தமிழனாகப் பிறந்த தற்காகப் பெருமைப்பட்டிருக்கிறார். எனவே, இருப்பதையே மீண்டும் மீண்டும் சொல்லிக்கொண்டிருப்பதைவிடப் புதிதாக ஏதாவது செய்து மொழியை வளப்படுத்த வேண்டும் என்று எண்ணினார்.

உறக்கம், தூக்கம், துயில் மூன்றும் ஒரே பொருளைத் தரக் கூடியன. மூன்று சொற்களையும் பெரும்பாலும் ஒரே மாதிரிப் பயன்

படுத்துகிறோம். ஆனால் ஐயர் ஒவ்வொரு சொல்லுக்கும் இடையே மிக மெலிதான பொருள் வேறுபாடு உண்டு என்றும் அவற்றைத் தெரிந்துகொண்டு சரியாகப் பயன்படுத்த வேண்டும் என்றும் கூறினார். அவரே இவ்வகையில் ஆராய்ச்சி செய்து 1916-ம் ஆண்டு புதுச்சேரியிலிருந்து வெளிவந்த கலைமகள் என்னும் பத்திரிகையில் பிரயோக இலக்கணம் என்னும் கட்டுரைத் தொடர் எழுதினார். அதில் ஒருபொருட் பன்மொழிகளை எடுத்துத் தனித்தனியாக ஆய்ந்திருக்கிறார். பதினேழு தொகுதிகளை எடுத்துக்கொண்டு அவற்றைப்பற்றி எழுதினார்.

அந்தக் காலத்தில் நூல்களெல்லாம் ஏடுகளில் தொடர்ச்சியாக எழுதப்பட்டு வந்ததால், எந்த இடத்தில் நிறுத்திப் படிப்பது என்று ஐயம் வரும்.

தாளில் அச்சிடும்போது நிறுத்தற்குறிகளைப் பயன்படுத்தியும் எங்கே இடைவெளி கொடுக்கவேண்டும் என்பதற்கு இடம்விட்டு எழுதியும் வசதியேற்படுத்த முடியும். ஆனாலும் பழைமையில் ஊற்றம் பெற்ற தமிழ்ப்புலவர்கள், எளிமையான பாடல்களையும் கடுமையாக்கிவிடும் வண்ணம் சேர்த்தே எழுதிவந்தனர். அதைப் படிக்க வேண்டுமென்றால், முறைப்படி கற்றவரிடம் பாடம் கேட்கவேண்டியதுதான். கம்பராமாயணத்தில் ஒரு படலத்துக்குக் கடறாவு படலம் என்று பெயர். கடல் தாவு படலம் என்று எழுதியிருந்தால் பொருள் எளிதாகத் தெரிந்திருக்கும். சில புலவர்கள் எப்படிப் பிரிக்கவேண்டும் என்று தெரியாமல் தவறாகப் பொருள் எழுதியுள்ளதும் உண்டு. எனவே, வ.வே.சு. ஐயர் பழங்காலத் தமிழ் இலக்கியங்களைச் சந்தி பிரித்து வெளியிடவேண்டும் என்று விரும்பினார். ஏற்கெனவே சோதனை முயற்சியாக புலவர் வேங்காடசல முதலியார் என்பவர் கம்ப ராமாயணத்தின் அயோத்தியா காண்டத்தின் ஒரு பகுதியை சந்தி பிரித்து 1843-லேயே வெளியிட்டிருக்கிறார்.

வ.வே.சு. ஐயர் முதலில் கம்பராமாயணத்தில் பால காண்டத்தை எடுத்துக்கொண்டார். அதில் உயிரான, ஆனால் கதைத் தொடர்ச்சி கெடாத வகையில் 545 பாடல்களை மட்டுமே திரட்டி சந்தி பிரித்து 1917-ம் ஆண்டில் ஒரு நூலை வெளியிட்டார்.

வ.வே.சு. ஐயரின் நண்பர் ஆதிமூர்த்தி என்பவர் கம்பராமா யணத்தைச் சுருக்கியதற்கு அவரைக் கடுமையாகத் தாக்கினார்.

'உங்கள் பதிப்பு தமிழின் மரணத்துக்கு வழிகாட்டுகிறது' என்று எழுதியிருந்தார்.

இந்த விமரிசனம் ஐயரை மிகவும் பாதித்தது. 'தமிழ் மடிந்து போவதற்குத் தாம் எழுதிய அந்தப் புத்தகம் எள் அளவே காரணமாக இருந்தாலும் - தாம் அந்தப் புத்தகத்துக்காக எவ்வளவு செலவு செய்திருந்தாலும், தாம் மிகுந்த பணமுடையில் இருந்தாலும் - என்னிடம் இருக்கும் அத்தனை பிரதிகளையும் தீக்கிரையாக்குவேன்' என்று எழுதினார்.

சரியான வரும்படி இல்லை என்ற போதும் மண்டையம் ஆசாரியருடன் சேர்ந்து கம்ப நிலையம் என்றொரு பதிப்பகத்தைத் தொடங்கினார்.

கம்பநிலையம் மூலம் பல நூல்களை வெளியிட்டார். திருக்குறள் ஆங்கில மொழிபெயர்ப்பு *(1915)*, மங்கையர்க்கரசியின் காதல் முதலிய கதைகள் *(1916)*, கம்பரமாயணச் சுருக்கம்(பாலகாண்டம் *(1917)*, சந்திரகுப்த சக்கரவர்த்தி சரித்திரம் *(1918)*, புக்கர் வாஷிங்டன் சரித்திரம் *(1919)*, எமெர்ஸன் எழுதிய ஸெல்ஃப் ரிலையன்ஸ் என்னும் தன்னம்பிக்கை நூலின் தமிழாக்கம் முதலியன.

இவைதவிர மண்டையம் சீனிவாசாச்சாரியார் மொழிபெயர்த்த தாகூர் கதைகளையும் கம்ப நிலையம் வெளியிட்டது.

குறுந்தொகையிலும், கலித்தொகையிலும் சில செய்யுள்களைத் தெரிந்தெடுத்து ஆங்கிலத்தில் மொழிபெயர்த்தார். தொமிஸ்தோவின் வரலாறு, பிருத்விராஜனுடைய சரித்திரம் ஆகியவற்றை எழுத விவரங்கள் சேர்த்துவைத்தார். சங்கப்பாடல்களையும் சந்தி பிரித்து எழுதத் திட்டமிட்டார்.

கம்பநிலையம் வழியாக வெளியிட்ட தமிழ் நுல்களைவிட ஆங்கில நூல்கள் அதிகம் விற்றதால் வயிற்றுப்பிழைப்புக்காக அவர் ஆங்கில நூல்கள் அதிகம் எழுத நேர்ந்தது.

'இறகினைக் கொண்டே (எழுதுகோலைக் கொண்டே) ஜீவிக்க வேண்டியிருப்பதால், ஆங்கில நூல்கள் வெளிப்படுத்த உத்தேசித்துள்ளேன்' என்றார்.

கம்பனைத் தலைமேல் தூக்கிவைத்துக் கொண்டாடும் ஐயர், கம்பனில் கவிதை லட்சணம் குறைவுபடும் இடங்களையும் சுட்டிக்காட்டத் தயங்கவில்லை. அவருடைய விமரிசனம் விருப்புவெறுப்பற்ற நேர்மையான விமரிசனம்.

'மனிதனுடைய சரித்திரமும் சுக துக்கங்களும் உணர்ச்சிகளும் மனப்பாடும்தான் மனிதனுடைய கவிக்கு உரித்தான விஷயம். மற்ற விஷயங்களின் வருணனை எல்லாம் இவற்றுக்குச் சார்பாகத்தான்

இருத்தல்வேண்டும். இவற்றோடு சம்பந்தப்படாத வர்ணனைகள் நல்ல சித்திரங்களக இருக்கலாம். படிப்பதற்கு விநோதமாயும் வேடிக்கையாயும் இருக்கலாம். ஆனால் அவை நல்ல கவிதையாக மாட்டா.'

ஐயரின் தமிழ்நடை மணிப்பிரவாள நடை. சமஸ்கிருதமும் தமிழும் கலந்து வருவதில் அவருக்கு ஆட்ஷேபம் இல்லை. ஆனால் தமிழோடு ஆங்கிலம் கலந்து எழுதுவதை அவர் வெறுத்தார். அவர் பேசும் போது கூட ஆங்கிலம் கலக்காமலே பேசினார். அவரது மணிப்பிரவாளத் தமிழ்நடையைக் குறைகூறியவர்கள் உண்டு.

'ஐயர் அவர்கள் மணிபிரவாள நடை பிடித்து எழுதுகிறார். அது தமிழொன்றே பயின்றிருப்பவருக்குப் பெரிதும் பயன்படாது. அவருக்குப் பயன்படுமாறு வெண்முத்து நிலவு பெரிதும் கனலுமாறு ஆசிரியர் செய்வாரென நம்புகிறோம்' என்று திரு.வி.க. எழுதினார்.

இயற்கை வர்ணனையை எழுதும்போது மட்டும் அவரது மணிப்பிரவாள நடை விடைபெற்றுக்கொண்டுவிடுகிறது. செந்தமிழ் குதிபோட்டு வரும்.

கூந்தற்பனை கைகளை ஆட்டிக்கொண்டு சிந்திக்கிறது. இளநீலமாயிருக்கிற இந்த மூங்கிற்போத்துகள் வெகு ஒயிலாகப் பரதம் பிடிக்கின்றன.

அத்தியாயம் 9

'பாரதியும் இங்கிருந்து போய்விட்டார். நாமும் இந்தியாவுக்குப் போய்விடலாமே' என்றாள் பாக்கியலக்ஷ்மி அம்மாள்.

'பாரதி போனதும் என்னாச்சுத் தெரியுமோல்லியோ? அவரைப் பிடிச்சுச் ஜெயிலில் போட்டுட்டாங்க!. அவர் எழுதிக்கொடுத்துட்டு வெளியிலே வந்தார். எனக்கும் அப்படி ஆகணுமா' என்றார் ஐயர்

'அப்போ பாண்டிச்சேரிதான் நமக்கு நிரந்தரமா?' என்றாள் அம்மையார்.

'அப்படியில்லை. தேசபக்தன் பத்திரிகையிலே திரு.வி.க. சுதேசிகளை விடுவிக்கணும்ணு எழுதிண்டே வரார். அதுக்குப் பலன் சீக்கிரம் இருக்கும்னு தோணுது. அரசியல் குற்றவாளிகளுக்குப் பொது மன்னிப்புக் கொடுக்க அரசர் ஆணையிடுவார் என்கிறார்கள். பார்க்கலாம்' என்றார் ஐயர்.

ஐயர் நினைத்தபடியே அவர் மேல் இருந்த வாரண்ட் விலக்கிக் கொள்ளப்பட்டது.

தன்னை விடுவிப்பதற்காகத் தேசபக்தன் பத்திரிகையில் எழுதிய திரு.வி.க.வுக்கு நன்றி தெரிவித்துக் கடிதம் எழுதினார் ஐயர்.

'தாங்கள் பக்தனில் அடிக்கடி எழுதியதன் பயனாக நான் ஆங்கில இலாகாவுக்கு யாதொரு நிபந்தனையும் இன்றி வரலாம் என்று அரசாங்கத்தார் என் சகோதரன் எழுதிய கடிதத்துக்குப் பதில்

இறுத்திறுக்கிறார். என் நன்றியை எதிர்பார்த்துத் தாங்கள் கிளர்ச்சி செய்ய வில்லையாகிலும் என் மனமார்ந்த நன்றியைத் தங்களுக்கு நான் தெரிவியாமலிருத்தல் எங்ஙனம் சாத்தியம்? கட்டுகள் நீங்கிவிட்ட மையால், தாங்களும் இதரத் தலைவர்களும் குறிப்பிடும்படி தேசத் தொண்டைச் செய்யக் காத்துக்கொண்டிருக்கிறேன். பங்குனி 26, 27 தேதிகளின் வாக்கில் திருச்சி செல்லலாம் என்றிருக்கிறேன்.'

1920 ஆண்டு ஏப்ரல் மாதம் 8-ந்தேதி அவரை வரவேற்று சென்னை திருவல்லிக்கேணியில் ஒரு வரவேற்புக் கூட்டம் நடைபெற்றது. இராஜாஜி தலைமை தாங்கினார். வ.உ.சி., சுப்ரமண்ய சிவா, திரு.வி.க., சத்தியமூர்த்தி ஆகியோர் பேசினர்.

திரு.வி.க., தேசபக்தனிலிருந்து விலக உத்தேசித்திருப்பதால், ஐயர் அதன் ஆசிரியப்பணியை ஏற்க வேண்டும் என்று நண்பர்கள் கூறினர். ஐயர் ஒப்புக்கொண்டார். பணியை ஏற்றுக்கொள்ளுமுன் இந்தியச் சுற்றுப்பயணம் செய்ய நினைத்தார். பம்பாய் தொடங்கிப் பல நகர்களுக்குச் சென்றார்.

மனமாற்றத்தைக் கொண்டுவருவதன்மூலம், மகத்தான சாதனைகளைச் செய்ய முடியும் என்பது புக்கர் வாஷிங்டனின் கருத்து. அவர் தொடங்கிய பள்ளி இன்று பெரிய சர்வகலாசாலையாகத் திகழ்கிறது. புக்கர் வாஷிங்டன் வழியில் தமிழ்ச் சிறுவர்களுக்காக ஒரு குருகுலம் தொடங்க வேண்டும் என்ற எண்ணம் வேரூன்றியிருந்தது. ஹரித்துவாரில் உள்ள காங்கிரிக் குருகுலத்துக்குச் சென்று அங்கு ஒருவாரகாலம் தங்கினார். அங்குள்ள நடவடிக்கைகளைக் கவனித்தார். சுவாமி ஸ்ரத்தானந்தாவால் 1902-ம் ஆண்டு தொடங்கப்பட்ட அக்குருகுலம், தேசிய ஹிந்துக் கல்வி கற்றுக்கொடுத்தது. எளிமை, கட்டுப்பாடான ஒழுக்கம், சரீரப் பயிற்சி, உழைப்பு ஆகியவை முக்கியமாகக் கருதப் பட்டன. அங்கே சேர்கின்ற மாணவர்களின் பெயர்களிலிருந்து ஜாதியைக் குறிக்கும் சொல் நீக்கப்பட்டன. கண்டிப்பான பழக்க வழக்கங்கள், தேகப்பயிற்சி, கைவேலை, வீட்டுவேலை ஆகியவை மாணவர்களை ஒரு நியதிக்குக் கட்டுப்பட்டு வேறுபாடின்றி ஒற்றுமை யாகக் கல்வி கற்க உதவியது.

அங்கிருந்து காசிக்குச் சென்றார்.

30-5-1920 அன்று அகில இந்தியக் காரிய கமிட்டிக் கூட்டம் காசியில் நடைபெற்றது. லோகமான்ய பால கங்காதர திலகரும் வந்திருந்தார். அவரைத் தொலைவிலிருந்து பார்க்க முடிந்தது. ஆனால், அவரிடம் பேச முடியவில்லை.

காசியில் கங்கைக் கரையில் அமர்ந்திருந்தபோது, அவரது மனம் குருகுலத்தைப் பற்றியும் தமிழில் புதுமுயற்சிகள் குறித்தும் சிந்தித்தது.

1920-ம் ஆண்டு ஜூலை மாதம் 'தேசபக்தன்' பத்திரிகைக்கு ஆசிரியரானார்.

அவருக்கு மாதச்சம்பளம் நூறு ரூபாய். அடிப்படை வசதிகள் ஏதும் கிடையாது. எந்த இன்னலையும் பொருட்படுத்தாமல் தமிழ்த் தொண்டுக்கும் தேசத் தொண்டுக்கும் கிடைத்த வாய்ப்பாக அதைப் பயன்படுத்திக்கொண்டார். தேசபக்தனில் ஐயர் எழுதிய தலையங்கங்கள் மிகவும் போற்றப்பட்டன. நியூ இந்தியா பத்திரிகை அவற்றை ஆங்கிலத்தில் மொழிபெயர்த்து வெளியிட்டது. ஆங்கிலப்பத்திரிகைகள் தொழில் நுட்பத்திலும் அமைப்பிலும் சிறந்து விளங்குகின்றன என்பது அவரது கருத்து. எனவே, ஆங்கிலப் பத்திரிகைக்கு நிகராக தேச பக்தனைக் கொணர வேண்டும் என்று முயன்றார்.

பத்திரிகை ஆசிரியாக இருந்தபோது, அவருடைய தோற்றம் ஒரு மகரிஷியைப் போன்றிருந்தது. அவரை மகரிஷி என்றே பலரும் அழைத்தனர். பஞ்சகச்சம் வைத்துக் கட்டிய கதர் வேட்டி, மேலே ஒரு கதர் அங்கவஸ்திரம் (ஐயர் சட்டை அணிவதில்லை), கழுத்திலிருந்து தொங்கும் ஒரு ஜோல்னாப் பை, காலில் மிதியடிகள், விபூதி பூசிய நெற்றியில் நடுவே பிறைச் சந்தனம், அதன் நடுவே குங்குமப் பொட்டு, அடர்ந்த கருந்தாடி, நேர்வகிடு இவையே ஐயரின் தோற்ற லட்சணங்கள்.

திருவல்லிக்கேணி பைக்ராஃப்ட்ஸ் சாலையிலிருந்து ஜார்ஜ் டவுன் வரை நடந்தே செல்லுவார். அந்தக்காலத்தில் ஆட்களை அமர வைத்து இழுத்துச் செல்லும் கைவண்டி உண்டு. மனிதனை மனிதன் இழுக்கும் அந்த அவல நிலை அவருக்கு வருத்தத்தைக் கொடுத்தது. நடக்க முடியாதபோதுகூட அந்த வண்டியில் ஏறமாட்டார். பத்திரிகை ஆசிரியராக அவர் அலுவலகத்தில் மட்டும் வேலை செய்யவில்லை. தலையங்கங்கள் பெரும்பாலும் இரவில் அவரது வீட்டிலேயே எழுதப்பட்டன. மற்றவர்கள் எழுதுவதைச் சரிபார்ப்பதும், அச்சுக்கு ஏற்றுமுன் திருத்தம் செய்வதுமென அயராது உழைத்தார்.

ஐயருக்கும் தேசபக்தனின் புதிய பத்திரிகை அதிபர்களுக்குமிடையே கருத்துவேற்றுமை அதிகமாகப் போய்விட்டது. ஐயர் சில நாள்கள் விடுப்பில் சென்றார்.

அவர் விடுப்பில் இருந்தபோது, அரசுக்கு எதிரான ஒரு தலையங்கம் தேசபக்தனில் வெளிவந்தது. அது இராஜத் துவேஷமான கட்டுரை என்று சொல்லி அரசு வழக்குத்தொடர்ந்தது. ஐயர் அதை எழுதவில்லை

என்று தெரிந்தாலும் பத்திரிகை ஆசிரியர் என்ற முறையில் அவருக்கு ஒன்பது மாதங்கள் தண்டனை விதிக்கப்பட்டது. எந்த மறுப்பும் சொல்லாமல் அந்தத் தண்டனையை ஏற்றார்.

1921-ம் ஆண்டு செப்டெம்பர் மாதம் 17-ம் நாள் சென்னை பிரதம மாகாண மாஜிஸ்திரேட் முன்னிலையில் வாக்குமூலம் கொடுத்தார்.

'எனது தேசம் சுயராஜ்ஜியம் பெற இதுவரையில் செய்துவந்த பல கிளர்ச்சிகளும் பயனற்றுப் போய்விட்டதால், கங்கிரஸ் மகாசபையின் கட்டளையை அனுசரித்து அரசாங்கத்துடன் ஒத்துழையாமை தர்மத்தைக் கைக்கொண்டிருக்கிறேன். எனது தாய்நாடு விடுதலை பெற அதுவே மார்க்கமென்பது எனது நம்பிக்கை.'

எப்பொழுதும் உழைப்பு உழைப்பு என்றிருந்த ஐயருக்கு, பெல்லாரி சிறைச்சாலை கொஞ்சம் ஓய்வு கொடுத்தது. வன்முறையைக் கைவிட்டு அஹிம்ஸையைப் பின்பற்றியதாலும், அவர் வாக்குமூலத்தில் தனது தற்போதைய நிலையை அவர் தெளிவு படுத்தியிருந்தாலும் அவருக்குச் சிறையில் ஏ வகுப்புக் கொடுக்கப்பட்டது. அவரது வழக்கமான உடையை அணிய அனுமதிக்கப்பட்டார். கெடுபிடி அதிகமில்லை. எழுதுவதற்கு அனுமதிக்கப்பட்டார். அவருக்குத் தேவையான இலக்கியப் புத்தகங்களைத் தருவித்துக்கொள்ளத் தடையில்லை.

வெகுநாள்களாக ஆய்ந்து மனத்தில் தேக்கி வைத்திருந்த கம்பராமாயண ஒப்பியல் ஆய்வைத் தொடர்வதற்கும் அதைத் தொடர்ச்சியாக எழுதுவதற்கும் சிறை வாய்ப்பாக அமைந்தது. அவருக்கு வேண்டிய புத்தகங்கள் எளிதில் கிடைக்கவில்லை. அவரது ஒப்பியல் ஆய்வுக்காக, விரிவான வால்மீகி, துளசி இராமயாணங்களின் உரைகள் தேவைப் பட்டன. கையிலோ காசு அதிகம் கிடையாது. ஆனால் புத்தகங்களோ வேண்டும். என்ன செய்வது? அவருடைய காசி நண்பர் ஆதிமூர்த்திக்குக் கடிதம் எழுதினார். எங்கெங்கு என்னென்ன புத்தகம் கிடைக்கும், என்ன விலை, எவ்வளவு தள்ளுபடி கொடுப்பார்கள் என்பதையெல்லாம் தெளிவாகத் தெரிந்து வைத்திருந்தார். ஸ்டடி ஆஃப் கம்பன் எனும் நூல் எழுதிவருவதாகவும், அதற்கு வால்மீகி, துளசிதாஸ் ராமாயணங்களுக்குக் கிரிஃபித் மொழிபெயர்ப்பும், திலகரின் கீதா ரகஸ்யமும் வேண்டியிருப்பதாகவும் சிறைலிருந்து மீண்டவுடன் பணம் கொடுப்பதாகவும் எழுதினார்.

'கம்பனில் 100 பக்கம் முடித்திருக்கிறேன். இப்பொழுது லக்ஷ்மண னுடைய குறை விமரிசனத்தில் இருக்கிறேன். புத்தகம் 500 பக்கங்கள் வரை போகும். உதாரணப் பாட்டுகளை ஆங்கிலக் கவியாகவே பெரும்பாலும் செய்ய முயன்று வருகிறேன். அது வடநாட்டு

வித்வான்களுக்கும், தமிழ்நாட்டவரில் தமிழை மறந்தவர்களுக்கும் கம்பனுடைய பெருமையைக் கூடிய மட்டும் வெளிப்படுத்திக் காட்டும் என நம்புகிறேன். நாட்டிலுள்ள குழப்பங்களெல்லாம் அடங்கி, நமக்கு நல்ல காலம் சீக்கிரம் கிடைக்க வேண்டுமென்று ஜகதீஸ்வரியைப் பிரார்த்திக்கிறேன். வந்தே மாதரம், வந்தே மாதரம்!'

சிறைச்சாலையில் கம்பன் பணி தொடர்ந்தது. ஆனால் புத்தகங்கள் கிடைப்பதற்குத் தாமதமானது. அவை வந்த பிறகு அவற்றைப்படித்து ஒப்பிட்டு எழுதவேண்டியிருந்ததால், சிறைவாசக் காலத்துக்குள் கம்பராமாயண ஆய்வு முற்றுப்பெறவில்லை. படித்து, மீண்டும் படித்துச் செப்பம் செய்ததாலும் காலதாமதமாயிற்று. இப்படியெல்லாம் ஆராய்ந்து கம்பர்தான் உலக மகாகவிகளில் சிறந்தவன் என்று உறுதியாக மொழிந்தார்.

'தமிழ் பாஷையில் மாத்திரமில்லை, மற்றெந்தப் பாஷையிலும் கூட, கம்பராமாயணத்துக்கு மேலான கவிதை எங்குக் காணலாகும்? மேல்நாட்டாருக்குள் கவி சிரேஷ்டர்கள் என்று கருதப்படுகிற ஹோமர், விர்ஜில், தாந்தே, ஷேக்ஸ்பியர், மில்டன், மோலியர், கதே ஆகிய இவர்கள், கவிதையின் உயர்ந்த அம்சங்களில் கம்பனுக்குக் கீழேதான் இருக்கிறார்களே ஒழிய அவனை மீறவில்லை. நமது நாட்டுக் கச்சியப்பர், இளங்கோவடிகள், சாத்தனார், நன்னையபட்டன், சந்தபட்டன், துளசிதாசர், காளிதாஸன் முதலிய மகாகவிகளைக் கம்பனோடு தூக்கிப் பார்த்தாலும் தராசுமுனை கம்பன் பக்கம்தான் சாயுமே ஒழிய, அவர்கள் பக்கம் சாயாது.'

எத்தனையோ பேர் இந்தக் கூற்றை ஒப்புக்கொள்ளமாட்டார்கள் என்பது அவருக்குத் தெரியும். என்றாலும் தன் மனத்துக்கு எது சரி என்று பட்டதோ அதை எடுத்துச் சொல்ல அவர் தயங்கவில்லை. வால்மீகத்தை முதல்நூலாகக் கொண்டுதான் கம்பர் ராமாயணத்தை இயற்றினார்.

'கம்பனாலேயே தன்னால் ஏணிவைத்துப் பார்த்தாலும் எட்ட முடியாதவர் என்று கூறப்பட்டவரான வால்மீகி முனிவரின் கவிதா சாமர்த்தியத்தை அவனுடைய சாமர்த்தியத்தைவிட மேலானது என்று சொல்ல வேண்டாமா என்று ஓர் கேள்வி பிறக்கும். ஆனால் இரண்டு காவியங்களையும் பாரபக்ஷமில்லாமல் சிரத்தையோடும், பொறுமை யோடும் படித்துப்பார்த்தால், வழி நூலானது முதனூலை வென்று விட்டது என்று சொல்ல வேண்டியதாயிருக்கிறது... கம்பனுடைய கவிதையை ஒரே வார்த்தையில் வர்ணிக்க வேண்டுமானால், அதன் சிறந்தகுணம் காம்பீர்யம் என்று சொல்லுவோம். கம்பன் சிருங்காரம் அழகாகச் சொல்லுகிறான். சோகம் சொல்லும் இடங்களிலெல்லாம் நம் கண்களினின்று தாரைத்தாரையாய்க் கண்ணீர் பெருகும்படி

செய்துவிடுகிறான். ஆனால் அவன் வீரத்தையும், வியப்பையும் ரௌத்திரத்தையும் தன் சொந்தமாக்கிக் கொண்டுவிட்டான். இவைதாம் அவனுக்கு இயற்கையாகவரும் ரசங்கள்' என்கிறார்.

இப்படி ஓங்கி அடிக்க உண்மையிலேயே துணிச்சல் வேண்டும். வந்த எதிர்ப்புகளையெல்லாம் சமாளித்தார்.

ஐயர் சிறையிலிருந்தபோது தனது குடும்பத்தை ஸ்ரீதாரநாதரின் துங்கபத்ரா ஆசிரமத்தில் விட்டிருந்தார். அங்கிருந்து அவர்களை அழைத்துக்கொண்டு, வரும்வழியில் ஆந்திராவில் சில முக்கிய நகர்களைப் பார்த்துவிட்டு, வரகனேரி வந்து சேர்ந்தார். குருகுலம் ஒன்றை நிறுவ வேண்டும் என்ற அவரது ஆர்வம், அவரை அவரது சொந்த ஊரிலும் இருக்கவிடவில்லை. சென்னை வந்து கோடம்பாக்கம் அருகே இடம் பார்த்தார். ஆனால் திருப்திகரமாக இடம் கிடைக்க வில்லை. பிறகு மன்னார்குடி, வெண்ணாத்தங்கரை ஆகிய இடங்களில் தேடினார். அமையவில்லை. ஒரு மாநாட்டுக்காகக் கோயில்பட்டி சென்றார். அங்கிருந்து கல்லிடைக்குறிச்சி. அங்கேதான் அவரது வாழ்க்கைப்பாதை ஒரு திருப்பம் கண்டது. அவர் கனவு மாளிகைக்கு அடித்தளம் அங்கே போடப்பட்டது.

அத்தியாயம் 10

‘நீங்கள்தான் எங்களின் ஆதர்ச புருஷர். நீங்கள்தான் இதன் தலைமைப் பொறுப்பேற்று வழிகாட்டவேண்டும்’ என்றனர் திலகர் வித்யாலயா ஆசிரியர்கள்.

‘மகாத்மாவின் ஆணையை ஏற்று நீங்கள் இப்படியொரு வித்யாலயம் நடத்துவது, மிகவும் உற்சாகம் கொடுக்கிறது. ஆனால், என்னுடைய ஸவப்னமே வேறு’ என்றார் ஐயர்.

‘அதற்கு இது ஒரு தொடக்கமாயிருக்கட்டுமே’ என்றார் ஒரு ஆசிரியர்.

‘புக்கர் வாஷிங்டனைப் பற்றிக் கேள்விப்பட்டிருக்கிறீர்களா?’ என்று கேட்டார் ஐயர்

‘கேள்விப்பட்டதில்லை. நீங்கள் சொன்னால் கேட்டுக்கொள்கிறோம்’ என்றனர் ஆசிரியர்கள்.

‘அவர் அமெரிக்காவில் கறுப்பின மக்களுக்காகப் பாடுபட்ட ஒரு கறுப்பர். அவர் தஸ்ககீ என்ற இடத்தில் ஓர் அருமையான குருகுலம் கட்டிக் கறுப்பின மக்களுக்குத் தொழிற்கல்வி புகட்டினார். அவர் வழியில் குருகுலம் உண்டாக்க நான் விரும்புகிறேன்’ என்றார்.

‘செய்துவிடலாம்’ என்றார் ஒருவர்.

'அவர் ஒரு கறுப்பர். அவருடைய சொந்த இனத்துக்காகப் பாடுபட்டார். அதை மக்கள் ஏற்றுக்கொண்டார்கள். ஆனால் நாம் பிராமணர்களாகப் பிறந்துவிட்டோம். ஆனால் எல்லோருக்குமாகப் பாடுபடப் போகிறோம்.'

'உண்மைதான். எங்களுக்கும் அது சம்மதமே. ஆனால் இப்பொழுது இங்கே பிராமணப்பிள்ளைகள் மட்டுமே படிக்கிறார்கள்' என்றார் ஒருவர்.

'தமிழர்களை பழைய நிலைக்கு வீர தீர சூரர்களாகவும் தொழில் வல்லுநர்களாகவும் மாற்றவேண்டும். அதுதான் என் கனவு. அந்தக் கனவை நனவாக்குவதன் தொடக்கமாக, மகாத்மாவின் மேல் அன்பு பூண்ட உங்கள் துணையோடு இதை நடத்தும் பொறுப்பை ஏற்கிறேன். நமது பள்ளியில் எல்லோரும் சமம். உங்களுக்குச் சம்மதமா?' என்று கேட்டார் ஐயர்.

'சம்மதம்' என்றனர் அனைவரும்.

எல்லோரும் சமம் என்பதை அவர்கள் ஏற்றுக்கொண்டதால், எல்லா வகையிலும் சமம் என்று ஐயர் நினைத்துக் கொண்டார். சமபந்தி போஜனமும் அவர்களுக்குச் சம்மதம் என்றும் ஐயர் கருதிவிட்டார். அதை வெளிப்படையாக உறுதி செய்துகொள்ளாமல் தவறு செய்து விட்டார்.

திட்டமிடுவதிலே மகா நிபுணரான ஐயர், பொதுவாக எதையும் தீர உறுதி செய்யாமல் ஏற்றுக்கொள்ளமாட்டார். ஆனால் அவருக்கும் சற்றே சறுக்கிவிட்டது. அந்தக்காலத்தில் கல்லிடைக்குறிச்சி, அம்பா சமுத்திரம் போன்ற அக்ரஹாரங்கள் நிறைந்த கிராமங்களில், சமபந்தி போஜனத்தை எண்ணிப்பார்க்கக்கூட இயலாது. அவரது வாழ்க்கை பெரும்பாலும் லண்டனிலும் பாண்டிச்சேரியிலும் கழிந்துவிட்டதால், தமிழ்நாட்டுக் கிராமங்களின் தீவிர நிலையை அவர் அவ்வளவாக அறியவில்லை.

எத்தனையோ இடங்களில் இடந்தேடி அலைந்தும் சரியாக அமையாததால் இடத்தோடும் மாணவர்களோடும் வருகிற வாய்ப்பை அவர் ஏற்றுக்கொண்டார்.

சமுதாய உரிமைகளை முதலில் நிலைநாட்டிக் கொள்ளும்முன் கல்வியினாலும் ஒழுக்கத்தாலும், தீரத்தாலும் உழைப்பினாலும் தன்னை உயர்த்திக்கொண்டால், உரிமை தானாகவே தன்னை வந்தடையும் என்பது புக்கர் வாஷிங்டனின் கொள்கை. இந்தக் கொள்கை ஐயருக்குப் பிடித்திருந்தது. மனமாற்றம் தானாகவே

நிகழ்ந்துவிடும் என்று அவர் நம்பினார். எனவே, தமிழர்களுக்கு அறிவார்ந்த கல்வியும் தொழில் சார்ந்த கல்வியும் கொடுத்துவிட்டால், அது அவர்களை மேனிலைக்குக் கொண்டுவந்துவிடும் என்று நினைத்தார்.

உயர்ஜாதி மக்கள் அரிசன மக்களை ஒதுக்கிவைப்பதைக் கண்டு ஐயரின் அன்பு உள்ளம் கொதித்தது.

புக்கர் வாஷிங்டன் புத்தகத்துக்கு அனுபந்தமாக அவர் எழுதிய ஜனசேவை என்ற கட்டுரையில் இதைத் தெளிவாகக் குறிப்பிடுகிறார்.

'தன்னுயிரைப் போல மண்ணுயிரைப் பார்த்தால்தான் நாம் பரம்பொருளிடத்தில் பக்தி செலுத்துவோராவோம். ஹரிஜனங்கள்கூட அந்த ஈஸ்வரனுடைய புத்திரர்களே! அவர்களின் மீது இரங்காவிடில், நாம் செலுத்தும் பக்தி வெறும் வெளிவேஷம் தானாகும் அல்லவா?'

'தாழ்த்தப்பட்ட ஹரிஜனங்களிடையே உயர்ந்த கல்வியும், சுத்தமும், தொழில் வன்மையும், திண்மையும், தீரமும் மற்ற நற்குணங்களும் செல்வமும் வளமும் பிறந்து வளருவதற்கு வேண்டியபடி நான் இன்றுமுதல் உழைப்பதாகக் கங்கணம் கட்டிக் கொள்கிறேன்' என்று செயற்பட்டவர் ஐயர்.

தனது குருகுலத்தில் எப்படிக்கல்வி கற்றுக்கொடுக்கவேண்டும் என்று ஐயர் சில தீர்மானங்கள் வைத்திருந்தார்.

அறிவார்ந்த கல்வியோடு தொழிற்கல்வி கற்றுக்கொடுத்தல், வேதம், தமிழ் மறை, இலக்கியங்கள், இதிகாசங்கள், சரித்திரம் கற்றுக் கொடுத்தல், விஞ்ஞானம், பொறியியல், விவசாயம் கற்றுக்கொடுத்தல், சரீரப்பயிற்சி, போர்க்கலைகள், ராணுவ தந்திரங்கள் கற்றுக்கொடுத்தல், தமிழ் மொழிமூலமே பாடம் கற்றுக்கொடுத்தல், ஆங்கிலம் பயிற்று மொழியாக இல்லாமல் துணைமொழியாகக் கற்றுக்கொடுத்தல்.தேசிய மொழியாக ஹிந்தி கற்றுக்கொடுத்தல், மாணவர்களை விவசாயம், தச்சுத்தொழில், நெசவு போன்ற தொழில்களில்நேரடியாக ஈடு படுத்துதல்.

இவை தவிர எல்லோருக்கும் எளிய உணவு, அதிகாலையிலேயே எழுந்து குறித்த நேரத்தில் முறைப்படி செயல்படும் நியமங்கள் எனக் குருகுலம் ஒரு சிறந்த ஆஸ்ரமமாகத் திகழ வேண்டும். பின்னர் அதுவே ஒரு பல்கலைக் கழகமாக உயரவேண்டும் என்பது ஐயரின் கனவு. 1923-ம் ஆண்டு கார்த்திகை மாதம் 23-ம் நாள் காலை நாலரை மணிக்கு எல்லோரும் சன்னதித் தெருவில் குழுமினர். அங்கிருந்து பஜனைப் பாடல்கள் பாடிக்கொண்டே திலகர் வித்யாலயாவின் தாற்காலிகக்

கட்டடத்துக்குள் நுழைந்தனர். ஐயர் அன்று தனது முதல் பாடத்தைத் தொடங்கினார். அவருடைய பேச்சின் பெரும் பகுதி தன்னல மறுப்புப் பற்றியும் தியாகத்தைப் பற்றியும் அமைந்தது.

வித்யாலயத்தில் மாணவர்களுக்கு உணவளிப்பதற்காக வேண்டிய அரிசியைப் பஜனை பாடிக்கொண்டே சென்று வசூலித்தனர்.

சுற்றுப் பக்கங்களில் இருந்த கிராமங்களிலிருந்து பழங்களும் பருப்பு வகைகளும் கிடைத்தன. ஆனால் அரிசி அவ்வளவாகக் கிடைக்க வில்லை. எனவே, ஐயர் 1923-ம் ஆண்டு தை மாதம் 13-ம் தேதியன்று ஒரு சங்கற்பம் செய்தார். தான் இனி நிலக்கடலை, பழம் ஆகியவை மட்டும் சாப்பிடுவது என்றும் நிலைமை சீரடையும் வரை அரிசி அன்னம் சாப்பிடுவதில்லை என்பதும் தான் அந்தச் சங்கற்பம்.

அவர் அந்தச் சங்கற்பம் செய்த மறுநாள் திரு ஓமந்தூர் ராமசாமி ரெட்டியாரும் திரு. ராஜு செட்டியாரும் ஆசிரமத்தைப் பார்வை யிட்டனர். ஓமந்தூர் ராமசாமி ரெட்டியார் பிற்காலத்தில் (1947-49) சென்னை மாகாணத்தின் பிரதமராக (அந்தக்காலத்தில் ஒருங்கிணைந்த மாகாணத்தின் முதன் மந்திரி ப்ரிமியர் என்று அழைக்கப்பட்டார்) இருந்தவர். ஐயரின் தன்னலமற்ற சேவையைப் பார்த்து மகிழ்ந்த ரெட்டியார் தனது மகனைக் குருகுலத்துக்கு அனுப்புவதாகக் கூறினார்.

குருகுலத்தை நடத்துவதற்காக ஐயர் பரத்துவாஜ ஆசிரமம் எனும் ஓர் அமைப்பைத் தொடங்கினார்.

பத்திரிகையில் ஐயரின் குருகுலம் பற்றிச் செய்திகள் வெளிவந்தன. ஆசிரமம் தொடங்கப்பட்ட மூன்றாவது மாதத்தில் ஆசிரமத்திலிருந்து நெய் களவுபோயிற்று. யார் எடுத்தது என்று விசாரித்தும் பயனில்லை.

எல்லோரையும் ஒன்று கூட்டி ஐயர் அறிவுரை கூறினார். தவறு செய்தல் மனித இயற்கை. ஆனால் செய்த தவற்றை ஒப்புக்கொள்வது மிகச் சிறந்தது. உண்மையைவிட உயர்ந்தது உலகில் வேறொன்றுமில்லை. யாரும் ஒப்புக்கொள்ளவில்லை. ‘திருட்டைச் செய்தவர் தானே முன்வந்து ஒப்புக்கொள்ளாதவரை தண்ணீரைத் தவிர வேறு எதுவும் சாப்பிடமாட்டேன்’ என ஐயர் சொல்லிவிட்டுச் சென்றுவிட்டார். பிரார்த்தனை நடந்தது. பிரார்த்தனைக்கும் வரவில்லை. மறுநாள் மாலைவரை யாரும் குற்றத்தை ஒப்புக்கொள்ளவில்லை. அன்று இரவு நடந்த பிரார்த்தனையின்போது, ஒரு மாணவன் அழுதுகொண்டே வந்து தான் நெய்யைத் திருடியதாக ஒப்புக்கொண்டு, தன்னை மன்னித்து விடும்படி வேண்டினான். அன்று அவனை மன்னித்தது மட்டுமன்றி அவனுக்காகத் தனிப் பிரார்த்தனையும் செய்யப்பட்டது. அதன் பிறகே ஐயர் உண்டார்.

கல்லிடைக்குறிச்சியில் பள்ளி நல்லபடி நடந்தாலும் ஐயருக்கு அதில் திருப்தி ஏற்படவில்லை. அங்குப் பயின்றவர்கள் பெரும்பாலும் பிராமண மாணவர்கள். ஆனால் ஐயர் அவரது குருகுலத்தில் எல்லோரும் பயிலவேண்டும் என்று விரும்பினார். அங்கே உள்ள மாணவர்களை சமபந்திக்குப் பயிற்றுவிக்க எவ்வளவோ முயன்றார். மாணவர்கள் தயாராக இருந்தார்கள். ஆனால் மாணவர்களின் பெற்றோர்கள் முட்டுக்கட்டை போட்டனர். புக்கர் வாஷிங்டனின் கூற்று நினைவுக்கு வந்தது. கட்டாயப்படுத்தி மாற்றுவதைவிடப் படிப்படியான மனமாற்றத்தாலும் உரிய கல்வியாலும் மாற்றுவதுதான் சிறந்தது. ஆரம்பகாலச் சிக்கல்களிலிருந்து விரைவில் விடுபடமுடியும் என்று நம்பினார். அந்தச் சமயத்தில் தமிழ்நாடு பத்திரிகை அதிபர் வரதராஜுலு நாயுடு ஆசிரமத்தைப் பார்வையிட வந்தார். ஐயரும் அவரும் மற்ற ஆசிரியர்களும் மாணவர்களும் ஒன்றாக அமர்ந்து உண்டாலும் ஒருசிலர் தனியாக அமர்ந்து உண்டனர். இதைப்பற்றி நாயுடு அவர்கள் ஐயரிடம் கேட்டபோது, சுற்றியுள்ளோருக்குள் மனவிரிவும் தாராள நோக்கமும் ஏற்பட ஏற்படத்தான் குருகுலத்தில் பந்தியமைப்பும் அத்தாராள நோக்கத்துக்கேற்ப மாற்றப்படும் என்று நிர்வாகிகள் சொன்னார்கள். அவரும் அதை ஏற்றுக்கொண்டார். குருகுலத்துக்காக நூறு ரூபாய் பணம் கொடுத்தார்.

சற்றுப் பெரிய அளவில் இடமும், புக்கர் வாஷிங்டனின் பள்ளியைப் போல, மாணவர்கள் குருகுலத்திலேயே உழைத்துச் சம்பாதித்து அந்தப் பணத்தில் படித்து உயரும் அளவுக்குத் தொழிற்கூடங்கள் அமைக்கும் வசதியும் உள்ள இடமாகத் தேடினார். கல்லிடைக்குறிச்சியில் குருகுலம் நடந்தபோது, குற்றாலம், பாணதீர்த்தம், மணிமுத்தா நதிச்சோலை ஆகிய இடங்கள் அவரைக் கவர்ந்தாலும் அங்கே இடம் வாங்கப் போதிய பணமில்லை. அப்பொழுது சேரன்மாதேவியில் ஐயன் வாய்க்காலிலிருந்தும், இரயில் நிலையத்திலிருந்தும் ஒரு மைல் தொலைவில் 30 ஏக்கர் நிலம் விலைக்கு வந்தது.

குருகுலத்தைப் பற்றியும் அதன் நோக்கங்கள் பற்றியும் சுதேசமித்திரன் பத்திரிகை எழுதியது. ஹிந்துப்பத்திரிகையிலும் செய்திவந்தது. கானாடு காத்தானைச் சேர்ந்த வை.சு. சண்முகம் செட்டியார் தன் சொத்தப் பொறுப்பில் 3,000 ரூபாய் பணம் கொடுத்து அந்நிலத்தை வாங்கிக் கொடுத்தார். அந்த நிலத்தைப் பேசி முடிப்பதில் மஹாதேவ ஐயர் எனும் தேசத்தியாகி உதவி செய்தார்.அதிக வருவாய் தந்துகொண்டிருந்த வக்கீல் தொழிலை விட்டுவிட்டு காந்திஜியின் ஒத்துழையாமை இயக்கத்தை ஆதரித்துத் தேச சேவையில் ஈடுபட்டார். சேரன்மாதேவி யில் குருகுலத்துக்குப் பணம் வசூலிப்பதில் முன்னின்று பல இடங்களுக்கும் சென்று பணம் வசூலித்துக்கொடுத்தார்.

கல்லிடைக் குறிச்சியிலிருந்து குருகுலம் அந்த இடத்துக்கு இடம் பெயர்ந்தது. கல்லிடைக்குறிச்சியிலிருந்து சில மாணவர்கள் சேரன்மாதேவிக்கு வந்தனர்.

அவர் மட்டுமன்றி அவருடைய மனைவியும் குருகுலத்துக்காகப் பெருந்தொண்டாற்றினர். ஐயருக்கு அடுத்த நிலையில் அந்தக் குருகுலத்தைக் கவனித்துக் கொண்டார் மஹாதேவ ஐயர்.

குருகுலத்தில் சிறிது சிறிதாக மாணவர் சேர்க்கை அதிகமானது. இலங்கையிலிருந்துகூட மாணவர்கள் வந்தனர். ஐயரின் மகன் கிருஷ்ண மூர்த்தியும் அங்கு படித்தான். எல்லோரும் சமபந்தியில்தான் உண்டனர். மாணவர்களின் எண்ணிக்கை அதிகமானதால், செலவு அதிகமாயிற்று. நன்கொடை வரவு அதை ஈடுகட்டவில்லை.

வேறு எந்தவிதமான வேற்றுமையும் இன்றிக் குருகுலம் மிகச் சிறப்பாக நடைபெற்றுவந்தது.

சீக்கிய மதத் தலைவர் குரு கோவிந்த் சிங்கிடம் பெருமதிப்புக் கொண்டவர் ஐயர்.

அவரது சீடர்களைப்போலத் தீரமிக்கவர்களாகத் தமது மாணவர்களை வளர்க்க விரும்பினார். 'அடிமை வாழ்வால் நமது சுதர்மம் அழிந்த தென்றும் மக்கள் உயிர்ச்சக்தியின்றிக் குன்றிப்போனார்கள் என்றும் அந்நியக் குப்பைகளை மூளையில் அடைத்துக்கொண்டு பரீட்சையில் வாந்தி எடுத்துப் பட்டம் பெற்று அடிமைகளாகவே ஊழியம் செய்யும் நிலையை மாற்றிப் பௌருஷம் ஊட்டும் கலைகளைக் கற்றுக்கொடுத்து கல்வி செழிக்கச்செய்யவேண்டும்' என்றார் ஐயர்.

அவர்கள், காவியம், ஓவியம், இலக்கியம், தத்துவம், பௌதிகம், ரஸாயனம், தாவரம், சரித்திரம், பூகோளம், இயந்திரக்கலை, கைத்தொழில், முதலிய அனைத்திலும் தேர்ந்து, நாட்டைக் காக்கத் தக்க வீரப்பயிற்சியும் பெற்ற நிபுணர்களாகத் திகழ வேண்டும் என விரும்பினார். அவர்கள் கச்சேரி வாசலில் மனுச் செய்து தொங்காமல், உலகில் சுயேச்சையாக ஒரு தொழிலோ, வாணிகமோ செய்து மானமாகப் பிழைத்து, தேசத்துக்குப் பணிபுரியவேண்டும்' என்றார் ஐயர். கலை, வீரம் சுதந்தரம் இவையே அவரது தாரக மந்திரம். தக்ஷசீலம், நாளந்தாபோலத் தன் குருகுலம் பல்கலைக்கழகமாக மாறவேண்டும் என்றார். தனது கொள்கைகளை வெளியிடவும் சுதந்தர உணர்ச்சி ஊட்டவும் ஒரு பத்திரிகை தொடங்கவேண்டும் என்றார்.

குருகுலத்துக்காகப் பணம் வசூல் செய்யப் படாதபாடு படவேண்டி யிருந்தது. இரயில்வே ஸ்டேஷன் அங்கிருந்து ஒருமைல் தொலைவில்

இருந்ததால், தினமும் சிலர் உண்டியல் எடுத்துக்கொண்டு போய் அங்கே வரும் பயணிகளிடம் குலுக்குவார்கள். இது தவிரப் பள்ளிப் பிள்ளைகளைக் காலாற நடத்திப் பக்கத்து ஊர்களுக்குச் சுற்றுலாக் கூட்டிச் செல்வதுண்டு. அப்படிப்போகும் குழுவை சுத்தானந்த பாரதியார் வழிநடத்திச் செல்வார். அவர் சிறந்த கவிஞராக இருந்ததால், அவரே இயற்றிய பாடல்களையும், பாரதியார் பாடல்களையும் வேறு சிலபாடல்களையும் பாடிக்கொண்டு செல்வார்கள்.

அப்படிப் போகும்போது பணம் வசூலாவதும் உண்டு.

இவைதவிர சில பெரிய மனிதர்கள் அவ்வப்போது பணம் அனுப்புவதுண்டு.

குருகுலத்தில் ஆரம்பத்தில் பத்து அடிக்குப் பதினைந்தடியில் ஒரு சிறு குடிசை மட்டும்தான் இருந்தது. அதில் தான் மாணவர்களும் ஐயரும் தங்கினர்.

கிழக்குப்பகுதியில் நஞ்சை நிலம், தெற்கே புஞ்சை. செம்மன் பூமி. வடக்கே தென்னைமரங்களும் பனைமரங்களும் இருந்தன. ஆசிரம எல்லைக்குள் இரண்டு பெரிய கிணறுகள் இருந்தன.

மாணவர்கள் ஆசிரியர்கள் எல்லாம் சேர்ந்து புதர்களை அகற்றித் தரையைச் செப்பம் செய்தனர். இன்னொரு குடிசை கட்டப்பட்டது. அதில் மாணவர்கள் தங்கினர்.

தென்னை மரங்களைப் பலப்படுத்துகிற வேலை முதலில் செய்யப் பட்டது. இன்னொரு குடிசை கட்டப்பட்டதும் அதில் ஓர் ஆசிரியர் தனது மனைவியுடன் தங்கினார். அவர் மேற்பார்வையில்தான் மாணவர்கள் உதவியோடு உணவு தயாரிக்கப்பட்டது. கிணற்றோரத்தில் மரத்தடியிலேதான் எல்லோரும் ஒன்றாக உண்டனர்.

புத்தகசாலை கட்டப்படது. கள்ளி ஓடு வேய்ந்து மூங்கில் பிளாச்சுகள் கொண்டு கட்டப்பட்ட அந்த நூலகம், மூன்று பிரிவாகத் தடுக்கப் பட்டிருந்தது. ஓரறையில் மூவாயிரம் புத்தகங்களுக்கு மேல் அடுக்கப் பட்டிருந்தன. இன்னோர் அறை மாணவர்கள் படிப்பதற்காகவும் ஐயர் எழுதுவதற்காகவும். மூன்றாம் அறையில் கம்ப நிலையம் இயங்கியது.

பால பாரதி என்ற பெயரில் ஒரு பத்திரிகை தொடங்கி நடத்தப்பட்டது. யோகி சுத்தானந்த பாரதியார் அங்கே பணிபுரிந்தார்.

ஐயருடைய மனைவியும் அவரது மகள் சுபத்ராவும் திருச்சியில் தங்கியிருந்தனர். அவர்களுக்கு மாதம் 25 ரூபாய் மட்டுமே அனுப்பினார் ஐயர். அந்தப் பணத்தில் அவர்கள் வாழ்க்கை நடத்தச் சங்கடப்பட்டனர்.

தன்னால் அதற்குமேல் அனுப்ப இயலாது என்று சொல்லிவிட்டார் ஐயர். அதனால் அவர்கள் காகித உறைகள் தயார் செய்து விற்று செலவை ஈடுகட்டினர்.

குருகுலம் விரிவடைந்ததால் செலவை ஈடுகட்ட இயலவில்லை. குருகுலத்தில் உணவுப்பொருட்கள் வாங்கப் பணமில்லையென்றால் ஐயர் உடனே சென்னை செல்வார். தெரிந்தவர்களிடமெல்லாம் கெஞ்சிக்கூத்தாடி பணம் வசூலித்து வருவார். பணம் கொஞ்சம் அதிகம் கிடைத்ததென்றால், புத்தகங்கள் வாங்கி வருவார். இலக்கியப் புத்தகங்கள் நிறையக் கிடைத்ததெனில் ஆசிரமத்துக்குள் நுழையும் போதே மிகுந்த மகிழ்ச்சியோடு 'குலிஸ்தான் கொண்டு வந்திருக் கிறேன்' என்றுசொல்லிக்கொண்டே வருவார்.

இந்த நிலையில் குருகுலத்துக்கு அவ்வப்போது நன்கொடை அளித்துவந்த வாவெள்ளா ராமசாமி சாஸ்திரி என்பவர், தான் மாதமாதம் 10 ரூபாய் தருவதாகவும் ஆந்திரப் பிராமண மாணவன் ஒருவனை அனுப்புவதாகவும் அவனுடைய கிராமத்தைச் சேர்ந்தவர்கள் வைதீகர்கள் என்பதால், அவன் சமபந்தியில் சாப்பிட்டால் அவனை ஒடுக்கிவைத்து விடுவார்கள் என்பதால் அவனுக்குத் தனியான இடத்தில் உண்ண இடம் கொடுக்கும் படியும் கேட்டுக்கொண்டார். வ.வே.சு. ஐயர் மறுத்துவிட்டார். ஆனால் மற்றவர்களின் வற்புறுத்த லாலும் முதலில் மாணவர்களைச் சேர்க்கும்போது சமபந்தி நிபந்தனை போடாமல் விட்டுப்போனதாலும் பணத்தட்டுப்பாட்டின் காரணத்தாலும் ஐயர் ஒப்புக்கொண்டார். இதே வற்புறுத்தலால் இன்னொரு மாண வனையும் சேர்க்க நேர்ந்தது. அவர்கள் இருவர் சம்பந்தப்பட்டவர்களைச் சந்திக்கும் போதெல்லாம் அவர்கள் மனத்தை மாற்ற முயன்றார் ஐயர். கூடிய விரைவில் ஒரு தீர்வு கிடைத்துவிடும் என நம்பினார். அந்த இருவரைத் தவிர வேறு எல்லோருக்கும் சமபந்தி போஜனம்தான்.

தமிழ்நாடு காங்கிரஸ் கமிட்டி குருகுலத்துக்காகப் பத்தாயிரம் ரூபாய் அனுமதித்து முதல் தவணையாக ஐந்தாயிரம் ரூபாய் கொடுத்தது. அந்தப் பணம் வந்ததும் ஐயர் அதை ஆசிரமத்தில் ஏதாவது கட்டடம் கட்டப் பயன்படுத்துவார் என்று எதிர்பார்த்தனர். ஆனால் ஐயர் அதை வங்கியில் போட்டு வைக்கச் சொன்னார். பணத்துக்குத் தட்டுப்பாடாக இருக்கிறதே அந்தப் பணத்தைச் செலவழிக்கக் கூடாதா என்று கேட்ட போது, 'இது தேசியப் பணம். என்னால் இதை எடுத்துச் செலவு செய்யாமல் இருக்க முடியாது என்ற இக்கட்டான நிலைவந்தாலன்றி இந்தப் பணத்தைத் தொடமாட்டேன்' என்றார் ஐயர்.

ஒருநாள் இரவு எட்டு மணிக்குக் கவியோகி சுத்தானந்த பாரதியும் ஐயரும் ஆஸ்ரமத்துக்கு அருகிலிருந்த கொளுந்தினா மலைப்

பகுதியிலிருந்து குருகுலத்தைப் பார்த்தனர். நல்ல இருட்டு நேரத்தில் ஆசிரமத்தில் மட்டும் ஹரிக்கேன் விளக்குகள் எரிந்துகொண்டிருந்தன.

கவியோகி ஐயரைப்பார்த்து, 'குருகுலம் ரம்யமாகக் காட்சியளிக்கிறது. நாடு இப்படித்தான் இரவாயிருக்கிறது. தாங்கள் இன்று ஓர் இடத்தில் விளக்கெரியச் செய்தீர்கள். எங்கும் விளக்கெரிந்து நாட்டில் இருளே இல்லாமல் ஓட்ட வேண்டும்' என்றார்.

'செய்யவேண்டும். குருகுலம் பார்க்கப் பார்க்க நன்றாயிருக்கிறது. இந்த இடத்தில் ஒரு தக்ஷசீலத்தைக் காணவேண்டும். ஐரோப்பியர் பெருமை பேசும் இயந்திரத் தொழில்களையெல்லாம் நாம் இங்கே செய்யவேண்டும். இப்போது பாட்டொலி கேட்பதுபோல, இன்னும் மூன்றாண்டுகளில் அல்லும் பகலும் பல தொழிலோசை கேட்க வேண்டும். கல்வியும் தொழிலும் ஆத்ம தருமத்துடன் ஐக்கியமாகி, நாட்டுக்குப் புதிய சக்தியை அளிக்கவேண்டும்' என்றார் ஐயர்.

ஐயர் அங்குள்ள மாணவர்களை ஒரு தந்தையைப் போலவும் தாயைப் போலவும் கவனித்துக்கொண்டார். அபரிமிதமான அன்புகொண்ட ஐயர், கண்டிப்போடும் இருந்தார். ஒரு இராணுவ ஒழுங்கோடு ஆசிரமம் நடந்தது.

காலை நாலரை மணிக்கே மாணவர்கள் எழுந்துவிடவேண்டும். மாவிலை கொண்டு பல்துலக்கவேண்டும். காலைக்கடன்களை முடித்துவிட்டு வாய்க்காலிலிருந்து ஒரு கூடை மணலெடுத்துவந்து தென்னைமரங்களுக்குக் கொட்டவேண்டும். அடுத்து ஆசிரமத்தைச் சுத்தம் செய்யவேண்டும். பிறகு கசரத் பயிற்சி நடக்கும். கணித வாய்பாடு, அல்லது நிகண்டு ஒப்பித்தல் சொல்லிக்கொண்டே ஐயன் வாய்க்காலுக்குச் சென்று குளித்துவிட்டு வரவேண்டும். சனிக்கிழமை தவறாமல் எண்ணெய்க் குளியல் உண்டு. ஆசிரமத்துக்குத் திரும்பும் போது தேவாரத் திருவாசகப் பாடல்கள் பாடிக்கொண்டே வருவர். பிறகு தோத்திரம். அது முடிந்ததும் ஐயர் சுதந்தர வீரர்களின் கதைகளைச் சொல்லுவார். சில சமயங்களில் இதிகாசங்கள், இலக்கியங்கள் பற்றிப் பேசுவதும் உண்டு. பிறகு காலை உணவு உட்கொண்டு மரத்தடிகளில் நடக்கும் வகுப்புகளுக்குச் செல்வர். அங்கே ஆசிரியர் மாணவர் எவரும் சட்டை அணிவதில்லை. ஆசிரியர் வேட்டி, அங்கவஸ்திரம் அணிவர். மாணவர்களுக்கு இடுப்புவேட்டியும் துண்டும்தான். மாணவர்கள் மதியச் சாப்பாட்டுக்குப் பிறகு தினமும் இராட்டை நூற்கவேண்டும். அன்றன்று நூற்ற நூல்கள் ஆசிரமத்திலிருந்த தறிகளுக்கு அனுப்பபட்டுக் கதராடையாக நெய்யப்படும். அந்த ஆடைதான் மாணவருக்கு ஆடை. மணவர்களே சாப்பாட்டு இலை தைப்பது, பாத்திரம் கழுவுவது முதலிய வேலைகளையும் செய்வர். ஏற்கெனவே அனுமதிக்கப்பட்ட

மாணவர்களைத் தவிர வேறு எல்லோரும் ஒரே பந்தியில்தான் சாப்பிட்டனர்.

மாலையில் விளையாட்டு, பின் சங்கீத வகுப்பு. இரவு சாப்பாட்டுக்குப் பிறகு ஐயர் கதை சொல்வார்.

சாதி வேற்றுமை பார்க்காத ஐயர் ஒரு புது ஜாதியை உருவாக்கவேண்டும் என்றார். அந்த ஒரு ஜாதியைத் தவிர வேறு எந்த ஜாதியும் கூடாதென்றார். பிராமணர்கள் தங்கள் பிறப்பொழுக்கம் குன்றித் தாஸத்துவத்துக்குச் சென்றுவிட்டார்கள். எனவே, பிராமணர் வேண்டாம். வைசியர்களும் வணிக தர்மத்தைவிட்டு அநியாயமாக நடந்துகொள்கிறார்கள். எனவே, அந்த ஜாதியும் வேண்டாம். க்ஷத்திரியர்களும் தொண்டர்களும் ஒருங்கிணைந்த ஒரு ஜாதிவேண்டும் அவர்கள்தான் இந்த நாட்டுக்குத்தேவை. எல்லோருமே இந்தச் சாதிக்குள்தான் அடக்கம். அந்த ஜாதிக்கு தாஸசிம்ஹன் என்று பெயர் கொடுத்தார் ஐயர். அவர்களால்தான் நாட்டுக்காக வீரத்தோடு உழைக்க முடியும் என்றார். குருகோவிந்த் சிங்கின்போல அவர்கள்தான் இரும்புச் சட்டியில் பானகம் வைத்து வாளால் கலக்கி அமிர்தம் சாப்பிட்டு தேசத்துக்குத் தொண்டு செய்யும் வீராவேசம் கொள்ள முடியும் என்றார்.

எளிய உணவு, அதுவும் இயற்கை உணவே நல்லது என்பது ஐயரின் கருத்து. இயற்கை வைத்தியம்தான் அங்கு முக்கியமாகக் கருதப் பட்டது. இயற்கை வைத்திய நிபுணர் ஒருவரை அழைத்து அவர் சொன்ன பக்குவப்படியே உணவு தயாரிக்கப்பட்டது. காலையில் மாணவருக்கு வாழைப்பழம், கடலை மோர் ஆகியவை ஆகாரம்.. மத்தியானம்கேப்பைக்களி, ஒரு கறி, ஒரு கூட்டு, மோர். அரிசிச் சோறும் அவ்வப்போது கொடுக்கப்படும். இரவிலும் அப்படியே!. மிளகாய், புளி, வெங்காயம் சேர்க்கப்படுவதில்லை. மாணவர்களுக்கு மட்டு மில்லை. ஆசிரியருக்கும் அப்படியே!

மற்றப்படி மிகச் சந்தோஷமாக இருந்த மாணவர்கள், சாப்பாட்டு விஷயத்தில் மட்டும் சற்று அதிருப்தி கொண்டனர். சற்றுப் பணவருவாய் அதிகரித்ததும், ஒரு சமையல்காரரை நியமித்து சாதம்,கூட்டு, மோர்க் குழம்பு என்று இரண்டு வேளையும் சுடச் சுடச் சாப்பாடு போடப் பட்டது. காலையில் பழைய சோறும் மோரும் கொடுக்கப்பட்டன. வயலிலும், ஆசிரமத்திலும் உழைத்துப் புசித்ததால், அந்தச் சாப்பாடும் அவர்களுக்கு அமிர்தமாக இருந்தது.

குருகுலத்தில் தமிழ்,வடமொழி, ஹிந்தி, அதற்கு அடுத்தபடியாக ஆங்கிலம், பூகோளம், சரித்திரம், கணிதம், சங்கீதம், கைத்தொழில் நெசவு ஆகியவை கற்றுக்கொடுக்கப்பட்டன.

அந்தக்காலத்தில் காங்கிரஸ் உறுப்பினர் ஒவ்வொருவரும் 1000 கஜம் நூல் நூற்றுச் சிப்பம் கட்டி அலுவலகத்தில் சந்தா செலுத்த வேண்டும். ஐயர் பிற்பகலில் நூல்நூற்பார். அவரது மற்ற வேலைகளைக் கவனிக்கும் படியும் அவருக்காகத் தாங்கள் நூல் நூற்றுக் கொடுப்ப தாகவும் மற்றவர்கள் சொல்வார்கள். ஆனால் ஐயர் கேட்கமாட்டார். தன்னுடைய கடமையைத் தானேதான் செய்யவேண்டும் என்று சொல்லிவிடுவார்.

பெரிய கோயில்களில் அடிக்கடி திருவிழா நடப்பதைப்போல, குருகுலத்தில் அடிக்கடி விழாக்கள் நடக்கும்.நரசிம்ம ஜயந்தி, திலகர் விழா, குருகுல தின விழா, ஜாலியன்வாலா பாக் நினைவு தினம், நவராத்ரி எனப் பல விழாக்கள் நடைபெறும். எல்லா விழாக்களிலும் ஐயர் பேசுவார்.

துப்பாக்கிப் பயிற்சிக்குத் தடையிருந்த காரணத்தினால் ஆசிரமத்தில் சிறிது காலம் வில்வித்தை கற்றுக்கொடுக்கப்பட்டது. வில்வித்தையில் ஐயரை யாரும் வெல்ல முடியாது.

ஆசிரமத்தைச் சுற்றிப்பார்த்த ஒரு பெரியவர் 'இங்கே ரிஷிக்குட்டிகள் உருவாகிறார்கள்' என்று சொன்னார்.

ஐயர் எந்த வேலைக்கும் சளைத்தவரல்ல. ஒருநாள் ஒரு பையன் கிணற்றுத்தண்ணீர் நாற்றமடிக்கிறது என்றான். வேலையாள்களை வரச்சொல்லி தூர் வாரச் சொல்லலாம் என்றார் ஒருவர்.

'ஏன், அந்த வேலையை நாமே செய்யலாமே. செலவும் மிச்சம்' என்றார் ஐயர்.

'நாற்றமடிக்குமே' என்றார் ஒருவர்.

'வேலைக்காரர்கள் தூர்வாரினால் அவர்களுக்கு நாற்றமடிக்காதா.? எல்லாம் பழகினால் சரியாகப் போய்விடும். சரி நான் கிணற்றுக்குள் இறங்குகிறேன். இழுத்துக்கொட்டத் தயாரா?' என்று கேட்டார் ஐயர். பலர் முன்வந்தார்கள். ஐந்தாறு மணி நேரத்தில் அந்தக் கிணறு மிக சுத்தமாகத் தூர்வாரப்பட்டது.

அழுக்கு உடலோடு ஐயன் கால்வாய்க்குச் சென்று குளித்துவிட்டு வந்து எல்லோரும் ஒன்றாக ஆசிரமத்தில் சாப்பிட்டனர்.

'உழைத்துவிட்டுச் சாப்பிடுகிற உணவின் ருசியே தனி. பணக்காரர்கள் உணவின் சுவையை அனுபவிப்பதைவிட உழைப்பாளிகள்தான் நன்கு அனுபவிக்கிறார்கள். அந்த அனுபவமே தனி' என்றார் ஐயர்.

ஆசிரமத்தில் எவருக்கேனும் உடல்நிலை சரியில்லை என்றால் ஐயர் தனிக்கவனம் செலுத்துவார்.

ஒரு முறை இரவு ஒன்பது மணிக்கு ஐயரின் தனியறையிலிருந்து 'ஆராரோ ஆரிராரோ'பாடும் ஒலி கேட்டது. ஐயரின் மகள் சுபத்ராகூட அங்கில்லை. அவள் திருச்சியில் இருந்தாள். யாருக்கு ஐயர் ஆரோரா பாடுகிறார்? யாரோ சுத்தானந்த பாரதியிடம் சொல்ல அவர் ஐயரின் அறைக்குள் சென்று பார்த்தார். ஐயரின் மடியில் ஏழுவயதுப்பையன் ஒருவன் படுத்திருந்தான். அவன் இரங்கூனிலிருந்து அங்குப் படிக்க வந்திருந்தான். அந்தப்பையனின் பெயர் வெங்கட்ராமன். அவனுக்கு அவனது தாயின் நினைவு வந்துவிட்டது. அவனுக்குத் தாயாக விளங்கி ஐயர் தாலாட்டுப்பாடி அவனைத் தூங்கவைத்தார்.

'இனிமேல் கொஞ்சம் வயது கூடின மாணவர்களைச் சேர்ப்பது நல்லது. இல்லையென்றால் நீங்கள் அடிக்கடித் தலாட்டுப்பாட நேரும்' என்றார் கவியோகி.

'அப்படியில்லை பாரதி, ஐரோப்பாவில் மூன்று வயதுப் பையன்களை யெல்லாம் கூடக் கிண்டர் கார்டன் என்னும் பாலர் பள்ளியில் சேர்க் கிறார்கள். நாமும் அப்படிச்செய்யலாம்' என்றார் ஐயர்.

குருகுலத்தின் கல்வி முறையைய அறிந்த ஊர்மக்கள் தம்மால் இயன்ற பொருளுதவி செய்தனர்.

குருகுலத்தின் சார்பில் பாலபாரதி பத்திரிகை நடைபெற்று வந்தது. 1924-ம் ஆண்டு அக்டோபர் மாதம் சென்னையிலிருந்து ஒரு டிரெடில் வரவழைக்கப்பட்டது. குருகுலத்தில் பால பாரதிக்கு என்று தனியாக ஒரு சிறு கட்டடம் கட்டப்பட்டது. ஆசிரமத்திலிருந்த ஒரு ஆசிரியரும் மஹாதேவ ஐயரின் பையன்கள் இருவரும் அச்சுக்கோப்பதைக் கற்றுக்கொண்டனர். இவர்கள் தவிர ஓரிருவர் நியமிக்கப்பட்டனர்.

பால பரதிக்குத் தொடக்க முதலீடாக கவியோகி தான் வங்கியில் போட்டுவைத்திருந்த பணம் முழுதையும் அன்பளிப்பாகக் கொடுத்தார். முதல் இதழில் பலபாரதியின் நோக்கத்தைப்பற்றி ஐயர் எழுதினார்.

'இது பத்திரிகை யுகம். இங்கிலாந்திலும், அமெரிக்காவிலும் ஜெர்மனி யிலும் எண்ணத் தொலையாத பத்திரிகைகள் வெளிவர ஆரம்பித்திருக் கின்றன. இன்னும் அனந்தமான பத்திரிகைகள் தோன்றி தமிழ் நாட்டாருக்குப் புதிய விஷயங்களில் அறிவும் ஆனந்தமும் புகட்ட வேண்டும் என்பதே எமது ஆசையாக இருப்பதால், நாம் இப்புதிய பத்திரிகையை வெளிப்படுத்துவதற்கு யாரும் வேறு காரணங்கள் கேட்கமாட்டார்கள் என்று நம்புகிறோம்.'

அந்த நாளில் தமிழ்நாட்டில் வெளியான சிறந்த பத்திரிகைகளில் ஒன்றாகப் பால பாரதி திகழ்ந்தது. ஐயரின் புகழ் பெற்ற கம்பராமாயண ஒப்பிலக்கிய ஆய்வு அதில் தொடராக வெளிவந்து மிகப்பெரிய அளவில் பாராட்டப்பட்டது. விமரிசனத்துக்கு ஒரு புதுப்பாதையை வகுத்துக்கொடுத்தது.

ஒப்பியல் ஆய்வில் முதன் முதல் முறையாக வெளியானது ஐயரது கம்பராமாயண ஒப்பாய்வுதான் எனப்பல ஆராய்ச்சி வல்லுநர்கள் தெரிவித்துள்ளனர்.

ஐயர் எழுதிய லைலா மஜ்னூன், ஜஹாங்கீரின் முதற்காதல், எதிரொலியாள் ஆகிய கதைகள் பாலபாரதியில் வெளிவந்தன.

கடித இலக்கியம் வ.வே.சு. ஐயரின் முயற்சியால் பிரகாசித்தது. அவர் எழுதிய லண்டன் கடிதங்கள் அவற்றிற்குச் சான்று. அவைதவிர தாமாகவே கற்பனை செய்து ராஜகோபாலன் என்ற ஒருவரைச் சிருஷ்டித்து அவர் எழுதியதாகச் சொல்லப்படும் கடிதங்களைத் தாமே எழுதி வெளியிட்டார் ஐயர். பாலபாரதியில் வெளிவந்த அக்கடிதங்களில் சில சிறுகதைகளாகவும் சில சிறந்த இலக்கியக்கட்டுரைகளாகவும், இயற்கை வர்ணனைகளாகவும் மிளிர்ந்தன. தான் வாழ்ந்த காலத்தைத்தாண்டிச் சிந்தித்து இலக்கியத்தை வளர்த்தார் ஐயர். குருகோவிந்த் சிங்கின் வரலாற்றை எழுதினார்.

தமிழ்நாட்டிலே தீவிரமாக அலைமோதிக்கொண்டிருந்த திராவிட ஆரியர் சர்ச்சை, பிராமணர் பிராமணரல்லாதார் துவேஷம் வெடிப்பதற்குத் தயாராக இருந்த நிலையில் குருகுலத்தில் இரு பிராமணச் சிறுவர்களுக்குத் தனியாகச் சாப்பாடு போட்ட விவகாரம் வெளிவந்தது. வெடிப்பதற்குத் தயாராக இருந்த எரிமலையைப் பற்றவைத்ததால் வெடித்துச் சிதறியது. இன்றையக் கண்ணோட்டத்தில் பார்க்காமல் அன்று தமிழ்நாட்டில் இருந்த நிலையைக் கருத்தில் கொண்டு குருகுல சர்ச்சையைப் பார்த்தால் உண்மை என்ன என்று புரிந்து கொள்ள முடியும்.

பிராமணர் பிராமணரல்லாதாருக்கிடையே இருந்த பேதங்களைப் போலவே பிராமணரல்லாத உயர்ந்த ஜாதியினருக்கும் தாழ்த்தப்பட்ட மக்களுக்கும் இடையே பேதங்கள் இருந்தன. பிராமணரல்லாதார் இயக்கம் கொள்கையளவில் வளர்ந்து செயல் வடிவம் பெறத் துடித்துக் கொண்டிருந்த சமயத்தில் வாய்ப்பாகக் குருகுலத்தில் இரண்டு மாணவர்களுக்குத் தனியாக உணவளித்த விவகாரம் பயன்பட்டது. நெருப்புப் பற்றிக் கொண்டது.

குருகுலத்தில் படித்துக்கொண்டிருந்த ஓமந்தூர் இராமசாமி ரெட்டியாருடைய மகன் அவனது தந்தையிடம் குருகுலத்தில் இரண்டு

பிராமண மாணவர்களுக்குத் தனியான பந்தியில் உணவிடப்படுவதைச் சொன்னான். அவர் வரதராஜுலு நாயுடு போன்ற மற்றத் தலைவர்களிடம் சொல்ல பிரச்சினை பூதாகரமாக உருவெடுத்தது.

ஐயர் குருகுலத்தைத் தொடங்குங் காலத்தில் திருஷ்டி தோஷம் என்பது பரவலாக எங்கும் புழக்கத்தில் இருந்த ஒன்று. அது சரியற்றது என்றாலும் புழக்கத்தில் இருந்தது. எனவே, ஐயர் தனது குருகுலத்துக்குப் பையன்களைச் சேர்க்கும்போது எல்லோரும் ஒரு பந்தியில்தான் சாப்பிட வேண்டும் என்ற நிபந்தனையைச் சொல்லவில்லை. ஐயர் ஜாதீய வேறு பாடுகளுக்கு அப்பாற்பட்டவர். தனிப்பட்ட வாழ்க்கையில் அவர் திருஷ்டி தோஷம் காட்டியதாக எந்தத் தலைவரும் குற்றம் சாட்டவில்லை.

ஐயர், புக்கர் வாஷிங்டனின் கொள்கையை அப்படியே கடைப்பிடிக்க விழைந்தார். அமெரிக்காவில் கடைப்பிடிக்கப்பட்ட அந்த முறை பரீட்சார்த்தமாக ஏற்கெனவே அமோக வெற்றிபெற்ற காரணத்தால் இங்கும் வெற்றிக்கு வழிவகுக்கும் என்று நம்பினார். எனவே வன்முறையால் மாற்றங்களைக் கொண்டுவருவதைவிட மனமாற்றத்தால் கொண்டுவருவதே சிறந்தது என நினைத்தார். இலண்டனில் தங்கியிருந்தபோது இருந்த மனநிலையில் இப்போதும் இருந்திருந்தால், ஐயர் வன்முறையைப் பயன்படுத்தியிருக்கக்கூடும். ஆனால் பாண்டிச்சேரியில் மகாத்மா காந்தியைச் சந்தித்த பிறகு, வன்முறையை அறவே நீக்கி அஹிம்ஸையைக் கடைப்பிடித்து ஒரு சன்னியாசியைப்போல வாழ்ந்த அவர் படிப்படியாக முழு சமபந்தி போஜனத்தை அறிமுகப்படுத்திவிடமுடியும் என நினைத்தார்.

ஆரம்பத்தில் வேறுபாடில்லாமல் சமபந்தி போஜனமே அனுஷ்டிக்கப்பட்டது என்பதையும் ஏற்கெனவே அனுமதிக்கப்பட்ட இரண்டு மாணவர்களைத் தவிர மற்றப் பிராமண மாணவர்களும் சமபந்தி போஜனம்தான் உண்டனர் என்பதையும் கவனத்தில் கொள்ள வேண்டும். எனவே, சமபந்தி முறையை குருகுலம் ஏற்கவில்லை என்றும் சொல்லிவிட முடியாது. கல்வித் தகுதியில் உயர்த்தி வேற்றுமைகளைக் களைந்துவிட முடியும் என்று ஐயர் நம்பினார். எல்லா மாணவர்களுக்கும் பூணூல் அணிவித்து ஒரே ஜாதியாகச் செய்துவிட்டால் வேற்றுமை அடிபட்டுப்போகும் என்று நினைத்து அந்த வகையிலும் சிந்தித்தார்.

தனது தேசபக்தியையும் தான் ஆற்றியுள்ள தொண்டுகளையும் குருகுலத்தைப்பற்றிந்ய தனது நோக்கத்தையும் கருத்தில் கொண்டு, தனது சக தேசபக்த நண்பர்கள் தனது செயற்பாட்டுக்கு உள்நோக்கம் கற்பிக்க மாட்டார்கள் என்று ஐயர் நினைத்தார்.

ஐயர் செய்தது சரியா தவறா என்ற ஆராய்ச்சிக்குள் போகப் போவதில்லை. இரு தரப்பிலும் நடந்தவற்றைப் பற்றிப் பலர் எழுதியிருக்கிறார்கள். அவற்றைத் தொகுத்துத் தருகிறோம்.

திரு. வி.க. தனது நவசக்திப் பத்திரிகையில் குருகுலத்தைப் பற்றிச் செய்திகளை வெளியிட்டு ஆதரித்தவர். அதேபோல 'தமிழ்நாடு' பத்திரிகையும் செய்திகளை வெளியிட்டது.

சமபந்திப் பிரச்னை பற்றி திரு.வி.க. எழுதினார். 'உணவில் சாதி வேற்றுமை காணப்படுகிறது' என்ற கூக்குரல் நாடு முழுவதும் கிளம்பியது. அக்கூக்குரல் பெருங்கிளார்ச்சியாகியது. கிளர்ச்சி டாக்டர் வரதராஜுலு நாயுடுவால் நடத்தப்பட்டது. ஐயரைக் கண்டு யான் நிலைமையை விசாரித்தேன். அவர் என்னைப் பொறுத்த அளவில் வேற்றுமை கிடையாதென்பது உங்களுக்குத் தெரியும். சேரமாதேவியைச் சூழ்ந்துள்ள பிராமணர் கொடிய வைதிகர். உடன் உண்ணலுக்கு அவர் ஒப்பவில்லை. நான் என்ன செய்வேன்' என்று சமாதானம் கூறினார்.

கல்லிடைக்குறிச்சியில் குருகுலத்துக்குச் சென்று பார்வையிட்ட டாக்டர் வரதராஜுலு நாயுடு, குருகுலத்தின் வாதத்தை ஏற்றுக்கொண்டிருக் கிறார். திரு.வி.க., பெரியார் ஆகியோருடைய வற்புறுத்துதலால் தனது தாக்குதலைத் தொடங்கினார். மற்றவர்களைவிட அவரது தாக்குதல் தீவிரமாக இருந்தது. அவரே தலைமை தாங்கி நடத்தினார். அவருக்குப் பத்திரிகை பலமும் இருந்தது 'தமிழ் நாடு' இதழில் எழுதினார்.

'ஸ்ரீமான் ஐயர் சிறந்த தேசபக்தர். நாட்டுக்காக அரிய தியாகங்கள் செய்தவர். சத்தியவான். தேசத்துக்காக அவர் பட்ட கஷ்ட நஷ்டங்கள் கொஞ்ச நஞ்சமல்ல. நான் போற்றிவரும் தேசியவாதிகளில் ஸ்ரீமான் ஐயரும் ஒருவராவார். மேற்படி குருகுலத்தை ஆரம்பிக்கும் சமயத்தில் ஸ்ரீமான் ஐயர் அதற்காகப் பொருள் திரட்டியபோது வருஷந்தோறும் நூறு ரூபா கொடுத்தேன். தமிழ்நாடு காங்கிரஸ் கமிட்டியாரும் குருகுலத்துக்காக ரூபா 5000 கொடுத்தார்கள். தமிழ் குருகுலத்துக்கு மூல புருஷராய் அவர் இருந்த போதிலும், அது தமிழ் நாட்டின் பொதுச் சொத்தாகையால் அதைச் சகலருக்கும் பொதுவான நோக்கத்துடனேயே நாம் பார்க்கவேண்டும்... மூலமான அம்சம் இன்னொன்று இருக்கிறது. அதுதான் பிராமணர் பிராமணரல்லாதார் விஷயம். அதுதான் நமக்குத் தேவை. இந்த வித்தியாசம் தமிழ்க் குருகுலத்தில் இருந்து வருகிறது. ஆகவே இந்த வித்தியாசம் இருக்கும்வரை இக்குருகுலம் தமிழ் நாட்டிலுள்ள பிராமணரல்லாதாரை இழிவுபடுத்திக் காண்பித்துக் கொண்டிருக்கும் ஒரு ஞாபகக் குறி என்று நாம் கூறவேண்டியிருப்ப தற்காக மிகவும் வருந்துகிறேன்.'

மலேசியாவில் மஹாதேவ ஐயர் குருகுலத்துக்காகத் திரட்டி அங்கேயே ஒப்படைத்துவிட்டு வந்திருந்த 20,000 ரூபாய் பணத்தையும், மேற்கொண்டு வாக்களிக்கப்பட்டிருந்த பணத்தையும் கொடுக்கக் கூடாது என்று பத்திரிகையில் எழுதினார் டாக்டர் வரதராஜுலு நாயுடு. பொருளுதவி செய்து வந்த நகரத்தாரும் எதிர்ப்புத் தெரிவித்தனர்.

டாக்டர் தி.சே.சௌ.ராஜன் ஐயரை அரசியல் குருவாக ஏற்றுக் கொண்டவர். அவர், தான் எழுதிய வ.வே.சு. ஐயர் என்ற புத்தகத்தில் இதைப்பற்றி விரிவாக எழுதியிருக்கிறார்.

'பரத்துவாஜ ஆசிரமத்தில் குருகுல வாசம் செய்யும் இளைஞர்கள் சுமார் இருபது பேர் இருந்தார்கள். அவர்களில் சிலர் உணவுப்பந்தியில் மற்ற எல்லோருடனும் உட்காராமல் தனித்து உண்டு வந்தனர்... எனக்கும் உணவுப்பந்தியில் வேறுபட்டு உட்கார்ந்து தனித்து உண்ணுவது நியாயமாகத் தோன்றவில்லை. அப்படித் தனித்து உண்ண விரும்புபவர்களுக்குக் குருகுலத்தில் இடம் கொடுக்கக் கூடாது என்பது என் முடிவு. ஐயரிடம் என் எண்ணத்தைப் பன்முறை தெரிவித்து வாதாடினேன். பயன் இல்லை.

பிள்ளைகளைக் கட்டாயப்படுத்திச் சமபந்தி உணவு கொடுக்க ஐயர் உடன்படவில்லை. ஆசிரம வேலை பல துறைகளில் விரிந்துவிட்டது. அச்சுக்கூடம், மாத வெளியீடான 'பால பாரதி', ஐயர் எழுதிய பல நூல்களை அச்சிடும் வேலை, புத்தகசாலை, சீடர்களின் கல்வி, விவசாயப் பணணை முதலிய பல வேலைகளை ஐயர் தனியாகக் கவனிக்க இயலவில்லை. தம் உள்ளத்தில் அடங்கிக் கிடந்த சீரிய தேசபக்திக்கு ஏற்ற வண்ணம் மாணவர்களைத் தயாரிக்கும் பக்குவம் அடைந்த உதவி ஆசிரியராக இருந்து பலவிதங்களிலும் தொண்டாற்றி வந்தவரைப் புறக்கணிக்க முடியாமல் வருந்தினார்.'

பெரியார் ஈ.வே.ரா. அவர்கள் கூறியுள்ளதில் ஒரு பகுதி -

'நான் காங்கிரஸ் காரியதரிசியாயும், தலைவனாயும் இருந்த காலங்களில், தமிழ்நாட்டு வாலிபர்களைத் தேசிய வீரர்களாக்கவென்று வி.வி.எஸ். ஐயர் என்னும் தேசியப் பார்ப்பனர், காங்கிரஸை 10,000 ரூபாய் கேட்டபோது, அதற்கு நானே பிரதானமா இருந்து ரூபாய் அனுமதித்தேன். அந்தப் பணம், குருகுலம் என்று ஆசிரமம் வைத்து, அதில் பார்ப்பனப்பிள்ளைகளை வீட்டுக்குள் வைத்தும், பார்ப்பனரல்லாத பிள்ளைகளை வெளியில் வைத்தும், சாப்பாடு போட்டு வருணாசிரம தருமம் கற்றுக்கொடுக்கப் பயன்படுத்தப்பட்டதுடன், அதன் பேரால் தமிழ் மக்களிடம் மற்றும் 20, 30 ஆயிரம் வசூல் செய்யப்பட்டது. அதற்குத் தமிழ் நாடும் நவசக்தியும் ஆதரவு அளித்தன.

இந்தச் சூழ்ச்சியான அக்கிரமம் சகிக்காமல் நான் முதலியார் அவர்களிடம் மாயவரத்தில் வருத்தத்தைத் தெரிவித்துக்கொண்டேன். அப்போது அவர்கள் டாக்டர் நாயுடு அவர்கள் 'தமிழ்நாடு' பத்திரிகையில் ஆதரிப்பதால் நான் ஆதரிக்க வேண்டியிருக்கிறது' என்றார். இருவரும் நாயுடு அவர்களிடம் தெரிவித்துக்கொண்டோம். அவ்வளவுதான் சங்கதி. உடனே டாக்டர் குருகுலத்தின் மீது போர் தொடுத்தார்.'

1925-ம் ஆண்டு ஏப்ரில் மாதம் 29-ம் தேதி இந்த விவகாரம் மீண்டும் காங்கிரஸ் கமிட்டியில் வரதராஜுலு நாயுடுவால் எழுப்பப்பட்டது.

திரு எஸ்.ராமநாதன் தீர்மானத்தை முன் மொழிந்தார். ராஜாஜி மூன்று நிபந்தனைகளை முன் வைத்தார்.

'குருகுலம் கடைப்பிடித்தாலும் கடைப்பிடிக்காவிட்டாலும் இனிமேல் எந்தக் கட்டுப்பாடும் வேண்டாம்.

தமிழ்ச்சமுதாயத்தில் இதுவரை எந்தப் பிரிவிலும் சமபந்தி நடத்தப்பட்டதில்லை. இதுபோன்ற சீர்திருத்தங்கள் தானாக நிறைவேற வேண்டும். எந்தவித நெருக்கடியும் இல்லாமல் தானாக வரவேண்டும்.

எந்த ஒரு தனிப்பட்ட நிறுவனத்தின் நடவடிக்கைகளையும் அரசியல் ஆதாயங்களாக மாற்றக் கூடாது.'

தேசிய இயக்கங்களில் பங்குபெறும் தனிப்பட்ட அல்லது பொது நிறுவனங்கள் ஜாதிவித்தியாசம் பாராட்டக்கூடாதென்று தீர்மானம் தெரிவித்தது.

வி.தியாகராஜ செட்டியார், ஈ.வே.ரா., எஸ்.ராமனாதன் ஆகியோரை உறுப்பினரர்களாகக் கொண்ட குழு, குருகுல விவகாரத்தையும் அதைப்போன்ற தொடர்புடைய விஷயங்களையும் கவனிப்பதற்காக அமைக்கப்பட்டது.

அதன் பிறகு இரண்டு ஆண்டுகள் மஹாதேவ ஐயர் குருகுலத்தை நடத்திவந்தார். தமிழ்நாடு காங்கிரஸ் கமிட்டி தீர்மானத்தின்படி, உங்களால் குருகுலத்தை நடத்த முடியாவில்லை என்றால், முக்கிய நன்கொடையாளர்களை உறுப்பினர்களாகக் கொண்ட ஒரு குழுவிடம் அதை ஒப்படைத்துவிடுங்கள்' என்று காந்தி ஒரு கடிதம் எழுதினார்.

1927-க்குப் பிறகு குருகுலம் நடைபெறவில்லை. மூடப்பட்டது.

இவ்வளவு போராட்டம் நடந்தாலும் ஐயர் காரசாரமாக எதுவும் எழுதவில்லை. அதை அவரது பலவீனம் என்று மற்றவர்கள் கருதிவிடுவார்களோ என்று ஆசிரமத்தைச் சேர்ந்தவர்கள் கவலை கொண்டனர். சுத்தானந்த பாரதி அவர்கள் ஐயரிடம் 'போர்க்களத்தில் இப்படி

சாத்வீகம் கொண்டீரே? 1910-ம் வருஷத்தில் இருந்த நீர்தாமா? உமக்கு எழுதப் பிடிக்காவிட்டால் எமக்காவது உத்தரவு கொடும். நமது நியாயத்தை எடுத்துச் சொல்லுகிறேன்' என்றார்.

இன்னொரு ஆசிரியர், 'அவர்களுக்கு நிறையப் பத்திரிகை பலம் இருக்கிறது. என்னவேண்டுமானாலும் எழுதலாம். ஒரே விஷயத்தைத் திரும்பத்திரும்பச் சொன்னால் மக்களும் அதை நம்பிவிடுவர். நம்மிடம் பால பாரதி இருக்கிறதே! அதில் நீங்கள் ஏன் எழுதக்கூடாது?' என்றார்.

ஐயர் உண்மையிலேயே சாத்வீகமான மஹரிஷியாகத்தான் மாறி விட்டிருந்தார். எனவே, நிதானமாகப் பதில் சொன்னார். 'அப்படி யில்லை பாரதி, நாமும் துச்சமாக எழுதிக் கொண்டிருந்தால், சண்டை வளரும். எரிநெருப்பில் எண்ணெய் வார்த்தது போலாகும். நாம் மகாத்மாவைப் பின்பற்றுகிறோம். மனத்தாலும் வாக்காலும் உடலாலும் நம்மவர் யாருக்கும் தீமை செய்யோம். நமது நியாயத்தைப் பிற்காலம் உலகம் அறியும். இப்போது இந்த அனாவசியமான சண்டைக்கு முனைந்தவர்கள், பிற்காலம் எப்படி நடந்துகொள் கிறார்கள், அவர்கள் நமது ஜாதிய ஒற்றுமைக்கும் தேச முன்னேற்றத் துக்கும் என்ன செய்யப் போகிறார்கள் என்பதை உலகம் அறியும். நம்மிடம் வஞ்சமில்லை. நாம் உண்மையாக நடக்குமட்டும் எதிரி களுக்குப் பயப்படவேண்டியதில்லை. இன்னொரு தடவை வேண்டு மானால் பாலபாரதியில் இந்தப் பிரச்னையைப் பற்றி எழுதி விடுகிறேன்.

நமது பால பாரதியில் இவ்வித்யாலய சம்பந்தமாக, இதுவரை ஒருமுறைக்கு மேல் எழுதாமல் நிறுத்திக்கொண்டதற்குக் காரணம், இது சம்பந்தமாகச் சில பத்திரிகைகளில் நடத்தப்பட்டுவரும் விதண்டா வாதத்தைக் கண்டித்து எழுதுகிறவர்கள், பாரதியின் பக்கங்களை நிரப்பி விடக் கூடாது என்றேயாகும். ஆனால், மேற்குறிப்பிட்ட பத்திரிகைகள் இடைவிடாமல், காலத்திலும் அகாலத்திலும் இவ்விஷயத்தைப் பற்றியே எழுதிவந்து, நாட்டில் கிளர்ச்சி உண்டாக்கி வருவதால், அது சம்பந்தமாக நிகழ்ந்து வந்திருக்கிற பொருள்களைச் சுருக்கமாகப் பாரதியில் வெளிப்படுத்த வேண்டியது அவசியமாகக் காணப்படுகிறது.

தமிழ்க் குருகுலம், தமிழ் தேச வாலிபருக்கு இலக்கியக் கல்வியும் தொழிற்கல்வியும் போதித்து, அவர்களை அறவாழ்வுக்கு உரியராக ஆக்க வேண்டுமென்ற கருத்துக்கொண்டு, ஸ்ரீமான் வ.வே.சுப்பிரமணிய ஐயர் உள்ளிட்ட பரத்வாஜ ஆசிரமத்தினரால் ஆரம்பிக்கப்பட்டது.

குருகுல வித்யாலயம் ஆரம்பிக்க இருக்கிறதாக முதல் முதல் வெளியிடப்பட்ட பிரசுரம் கலி 5024 ஐப்பசி கார்த்திகை மாதவாக்கில்

வெளிவந்த விஞ்ஞாபனமாகும். அதில் மாணவர் வித்யாலயத்திலேயே வசித்துக்கொண்டு வித்யாலயத்திலேயே சாப்பிட்டு வருவார்கள் என்பதைத் தவிர, ஆகார விஷயமாக வேறொன்றும் சொல்லப்பட வில்லை. தமிழ்நாட்டின் பழக்கவழக்கங்கள் இருந்த நிலைமையில், பல ஜாதிகளினின்றும் சேர்க்கப்படப்போகும் மாணவர்களுக்குப் பந்திகள் எவ்வாறு அமைத்தால் சாத்தியமாகும் என்று நிர்ணயித்தல் யாருக்கும் முடியாத காரியம் என்று ஏற்பட்டது. நம்மைச் சுற்றிலும் உள்ள ஜனங்களுக்குள்ளே இது சம்பந்தமாக உள்ள பழக்கவழக்கங் களைச் சுசி ஆசாரங்களுக்கு விரோதம் இல்லாமல் எவ்வளவு மட்டுக்கு விரிவான வழியில் மாற்றி ஏற்படுத்திக்கொண்டு போகலாமோ அவ்வளவு மட்டுக்கு மாற்றிக்கொண்டு போவதுதான் உசிதம் என்றே ஆசிரமவாசிகள் சங்கற்பித்துக் கொண்டார்கள்.

குருகுலத்தைக் கல்லிடைக்குறிச்சியில் ஆரம்பித்தபோது பிராமணரேதாம் சேர்ந்தார்கள். சில மாதங்களுக்கெல்லாம் பிராமணேதர மாணவர்கள் வந்தார்கள். ஆசிரியர் அவர்களுடனேயே உட்கார்ந்து சாப்பிட்டார். இஷ்டமான மாணவர்கள் அவ்வாறு தம்முடன் சமபந்தியுண்ண உத்தரவிருந்தது. ஆனால் யாரையும் வலுக்கட்டாயப்படுத்தவில்லை. அச்சமயம் ஸ்ரீவரதராஜுலு நாயுடு குருகுலத்துக்கு வந்தார். நாங்கள் சாப்பாட்டுக்கு எப்படி உட்காருகிறோம் என்பது அப்போதே அவருக்குத் தெரியும். அதை ஆறுமாதத்துக்கு முன்பே பத்திரிகையில் ஒப்புக்கொண்டிருக்கிறார். சுற்றியுள்ளவர்களுக்குத் தாராள மனப் பான்மை ஏற்பட ஏற்படத்தான் பந்தியமைப்பும் தாராள நோக்கத்துடன் அமையும் என்று ஆசிரிய நிர்வாகிகள் சொன்னதை அவரும் அக்காலத்தில் ஏற்றுக்கொண்டார்.

சேரமாதேவிக்குக் குருகுலம் மாற்றப்பட்டபோது, அங்கே பத்தடிச் சௌக்கப் பர்ணசாலைதான் இருந்தது. பிள்ளைகள் மரங்களின் அடியில் ஒன்றாக உட்கார்ந்து வந்தார்கள். சில கட்டடங்கள் கட்டிய பிறகும், பழைய சம்பிரதாயமே நடந்து வந்தது. பிறகு சமையற் கட்டடம் ஏற்பட்டது. அதன் தாழ்வாரத்தை விஸ்தாரமாக்கு முன்பு, இருக்கிற இடத்தில் மாணவர் சிலர் தனியாக அமர நேர்ந்தது. அனைவரும் விசாலமாக உட்காரப் பெரிய தாழ்வாரம் அமைந்த பிறகு, எல்லா மாணவரும் ஒன்றாகவே உட்கார்ந்து சாப்பிட்டனர். இன்று வரையில் அவ்வாறே நடந்துவருகிறது. இரண்டு மாணவரே, உள்ளே உட்காரு கிறார்கள். திருஷ்டி தோஷத்தை நீக்க இக்குருகுலம் வஞ்சனை யில்லாமல் பாடுபட்டு வருகிறது.'

ஐயர் இப்படி எழுதிய பிறகும் பத்திரிகைகளின் தாக்குதல் நிற்க வில்லை. தூண்டிவிட்டவர்களாலேகூட அதை நிறுத்த இயலவில்லை.

எனவே, ஐயர் சென்னையில் மகாத்மா காந்தியைச் சந்தித்துக் கூறினார் (1925, மார்ச்சு). வைக்கத்திலும் மகாத்மாவைச் சந்தித்தார்.

மகாத்மா காந்தி தனது முடிவை ஒரு காகிதத்தில் எழுதி நாயுடுகாரு கையில் கொடுத்தார்.

அதற்கு ஐயர் ஒரு நகல் எடுத்துக்கொண்டார். ஏற்கெனவே அனுமதிக்கப்பட்ட இரண்டு மாணவர்கள் தனியாகச் சாப்பிடலா மென்றும், மற்றவர்கள் சமபந்தியில் சாப்பிடவேண்டும் என்றும், சமபந்திக்கு மறுக்கும் எவரும் இனிச் சேர்க்கப்படக்கூடாதென்றும் பிராமணச் சமையற்காரர்கள் சமைக்கவேண்டும் என்றும் எழுதப் பட்டிருந்தது. ஐயர் ஏற்றுக்கொண்டார். திருவண்ணாமலையில் நடந்த காங்கிரஸ் மாநாட்டுக்கு ஐயர் சென்று இந்தப் பிரச்னையைத் தீர்க்க முயன்றார். ஆனால் எதிரணியினர் ஒத்துவரவில்லை. காந்திஜியின் கடிதத்தைப் பத்திரிகையில் வெளியிடுங்கள் என்று ஐயர் வேண்டுகோள் விடுத்தார். அதற்கும் அவர்கள் சம்மதிக்கவில்லை. ஒரு கட்டுப்பாடான காங்கிரஸ் தொண்டர் என்பதால், தன்னிடமிருந்த நகலை ஐயர் பத்திரிகையில் வெளியிடவில்லை.

பிராமணர் சமையல் பண்ணவேண்டும் என்ற மகத்மாவின் கட்டளையை மீறிப் பிராமணரல்லாதவர்தான் சமையல் செய்ய வேண்டும் என்றனர். காவ்ய கண்ட கணபதி சாஸ்திரி ஆதி திராவிடர் களை சமையல்காரர்களாக அமர்த்தலாம் என்று சொன்னதற்கு ஐயர் ஒத்துக்கொள்ளவில்லை. ஜாதி ஹிந்துக்கள் அதற்கு ஒத்துக்கொள்ள மாட்டார்கள் என்பதால் அதை ஆதரித்து எதிர்த்தரப்பினர் எதுவும் சொல்லவில்லை.

எவ்வளவுதான் தன்னை எதிர்த்தாலும் ஐயர் தன்னை எதிர்த்த காங்கிரஸ் தலைவர்களிடம் பெரு மதிப்பு வைத்திருந்தார். அப்பொழுது பத்திரிகையில் வரதராஜுலு நாயுடுகாரு எழுதியதைப் படித்து ஆசிரமத்தைச் சேர்ந்த ஒருவர், 'இதில் நாயுடு எழுதியிருக்கிறான் பாருங்கள்' என்று சொன்னார். ஐயருக்குக் கடும் கோபம் வந்துவிட்டது. 'நாயுடுகாரு என்று மரியாதையாகச் சொல்லவேண்டும்' என்றார்.

'நாயுடு காரு நமது ஆஸ்ரமத்துக்கு வரும்போது எப்படி வரவேற்க வேண்டும்?' என்று கேட்டார் சுத்தானந்த பாரதி.

'தேசத்தலைவரை எப்படி வரவேற்கவேண்டுமோ அதைப்போலக் கௌரவமாக அவரையும் வரவேற்கவேண்டும்' என்றார் ஐயர்.

மஹாதேவய்யரின் மலேயாப்பயணம் தடைபட்டது. பணம் முடக்கப் பட்டது.

'இதோ என் பெயர் வைத்து இச்சண்டை நமது தமிழ்நாட்டில் வேண்டாம். குருகுலத் தலைமையிலிருந்து நான் விலகிக் கொள்கிறேன்' என்று மஹாதேவ ஐயரிடம் பொறுப்பைக் கொடுத்தார். தமது ஆயுள் முழுதும் இலக்கியப்பணி புரியப்போவதாகச் சொன்னார் ஐயர்.

ஐயர் விலகிய பின்னரும் குருகுலத்துக்கு மிரட்டல் கடிதங்கள் வந்தன.

பத்திரிகையில் பெரிது பெரிதாக விளம்பரங்கள் வந்தன

'போர், போர், போர். திருவானைக் காவலிலிருந்து புறப்படுகிறது தமிழர் படை. குருகுலத்தில் சத்தியாக்கிரகம்.'

'ஐயரே, இவர்கள் போர் என்னும்போது எனக்குச் சிரிப்பு வருகிறது. போர் புரியும் வீரர் ஒருவர் தமிழ்நாட்டில் இப்போது உண்டானால் அவர், என் எதிரே நீலக்குன்று போல் விளங்கும் வீரரே!. இதெல்லாம் வெறும் பத்திரிகை மிரட்டல்' என்றார் சுத்தானந்த பாரதி.

'பழைய தீ இன்னும் அணையவில்லை. நமது நாட்டின் அடிமைத் தளையச் சுட்டெறியவே அதை வைத்திருந்தேன். இந்த வாளை இன்னும் உபயோகிக்க முடியும். ஆனால் நம்மவராகிய தமிழரிடம் எனது அன்பு அதிகரிக்கிறதேயொழிய, தமிழர் என்ன செய்தாலும் பகைக்கத் தோன்றவில்லையே' என்றார் ஐயர்.

ஆத்திரக்காரர்களால் குருகுலத்துக்கு ஆபத்து நேர்ந்தால் புத்தகங் களுக்கு ஏதும் நேர்ந்துவிடக்கூடாதென்று அவற்றைக் கள்ளிப் பெட்டியில் பூட்டிப் பத்திரப்படுத்தினார்.

இரண்டு மாதங்களில் இந்தப்போர் ஓய்ந்தது.

அவரை எதிர்த்த சிலரே அவர் ஆச்சாரியப் பதவியை மீண்டும் வகிக்க வேண்டும் என்று கேட்டுக்கொண்டனர். ஐயர் இசையவில்லை. பால பாரதியில் தனது முழுக்கவனத்தைச் செலுத்தினார். பாடம் கற்றுக் கொடுத்தார்.

கலியாப்தம் 5027, சித்திரை 4-ந்தேதி ஐயர் தனது நண்பர் பா. ஆதி மூர்த்திக்கு எழுதிய கடிதத்தில் அவரது மனநிலையைப் படம்பிடித்துக் காட்டுகிறார்.

'மகாத்மா இருதலைக் கொள்ளி எறும்புபோல் அவஸ்தைப் படுவதைக் கண்டேன். நானும் வைதீகர்களுக்கும் அவர்களது எதிரிகளுக்கும் நடுவில் இருப்பதால் இருவருக்கும் நம்மிடத்தில் அபிமானமில்லை. ஆனால் தற்போது செல்லவேண்டிய வழி இவ்விரு வகுப்பினருக்கும் இடையேதான் உள்ளது.'

‘இரண்டு பையன்களில் ஒருவன் என்னுடன் யாத்திரைக்கு வந்த போது எல்லோரோடும் சேர்ந்தே சாப்பிட்டான். ஆதலால் அவனுக்குச் சாதியுணர்வே கிடையாது. தந்தையின் கட்டளையைக் கௌரவிக்க வேண்டியே குருகுலத்தில் அவன் தனியே உண்டான். பிற்காலம் முன் சொன்ன பையன், பத்தமடைப் பள்ளிக்கூடத்தில் சேர்ந்துவிட்டான். பின் சொன்ன பையன் எல்லோருடனும் சேர்ந்தே சாப்பிட்டான். ஆகையால் சமபந்தி விவகாரம் தீர்ந்து போனது’ - சுத்தானந்த பாரதி

அத்தியாயம் 11

'பாரதி, நம்ம சுபத்ரா ஓடி வந்த அழகைப் பார்த்தீர்களா?' என்று கேட்டார் ஐயர்.

'பார்த்தேன், மான்போலத் துள்ளித் துள்ளி வந்தாள்' என்றார் சுத்தானந்த பாரதி.

'ஆமாம் மகிழ்ச்சி அதிகமானால் துள்ளலெல்லாம் வரும். இன்று கல்யாண அருவிக்குப் போகப்போகிறாள் அல்லவா.'

'நீங்கள் போகப்போவதில்லை என்று சொன்னீர்களே!'

'இப்பொழுதும்தான் எனக்குப் போக விருப்பமில்லை. ஆனால் குழந்தை பிடிவாதமாக இருக்கிறாள். சரியென்று சொல்லிவிட்டேன். அந்தச் சந்தோஷம்தான் குதிக்கிறாள். பாரதி. கம்பன் ஒவ்வொரு உணர்ச்சியையும் பார்த்துப் பார்த்து அனுபவித்திருப்பான்போலத் தெரிகிறது. சுபத்ராவின் துள்ளலைப் பார்த்ததும் உங்களுக்கு ஏதாவது பாட்டு ஞாபகம் வருகிறதா?'

'மின்சேவிக்க மின்னரசென்னும் படிநின்றாள்.
கல்லும் புல்லும் கண்டுருகப் பெண் கனிநின்றாள்.'

அடடா என்ன அருமை! கம்பனின் ஒவ்வொரு பாடலும் கற்கண்டுதான். எனக்கு ஒரு பாடல் நினைவுக்கு வருகிறது. அழகை எப்படி வர்ணிக்கிறான் பாருங்கள்!

'தன்னேர் இல்லா மங்கையர் செங்கைத் தளிர்மானே
அன்னே, தேனே, ஆரமிர்தே! என்று அடிபோற்ற
முன்னே முன்னே மெய்ம்மலர் தூவி முறைசாலப்
பொன்னே சூழும் பூவின் ஒதுங்கிப் பொலிகின்றாள்.'

'உங்கள் கம்பன் ஆராய்ச்சியை சீக்கிரம் வெளியிட்டால் நல்லது, வள்ளுவரை அறிந்ததுபோல், கம்பனையும் உலகம் அறியும்' என்றார் சுத்தானந்தர்.

'இன்னும் எழுத வேண்டியது பாக்கியிருக்கிறது. இந்தச் சில்லறைத் தொந்தரவுகளும் சிறுமைப் பூசல்களும் இல்லாவிட்டால் எவ்வளவோ செய்யலாம். புயலில் நீந்தித்தான் கரை சேர வேண்டியிருக்கிறது' என்றார் ஐயர்.

'சரி, நான் போய்வருகிறேன். நமது மாணவச் செல்வங்களும் ஆசிரியர்களும் அங்கேதானே சென்றிருக்கிறார்கள். பால பாரதிக்கு ஒரு கட்டுரை எழுதிவையுங்கள்' என்று சொல்லிவிட்டுச் சென்றார் ஐயர்.

இரண்டு ஆண்டுகளுக்கு முன்பு பாபநாசத்தில் உள்ள கலியாண அருவியைப் பற்றி மிக அருமையான கட்டுரை எழுதியிருந்தார். அவரை ஈர்த்த இயற்கை அழகுகளில் அதுவும் ஒன்று.

இயற்கையை மீண்டும் ரசித்துவர மகளுடன் சென்றார். 3-6-1925 புதன் கிழமை

பாபநாசம் கலியாண அருவி. அங்கே குருகுலத்து மாணவர்கள் குதூகலமாகக் குளித்துக்கொண்டிருந்தனர். பிறகு அருவிக்கரையோரம் தாவிக்குதித்துச் சென்றனர். மாணவர்களை, ஆசிரியர்கள் கட்டுப் பாட்டுக்குள் வைத்திருந்தனர்.

அங்கே குளித்துவிட்டு பாபநாசம் மலைமேலேறி கல்யாண அருவியின் உச்சிக்குச் சென்றனர். மணவர்கள் ஒருவருடன் ஒருவர் கைகோத்து மலை முகட்டில் பாய்ந்து சென்ற ஆற்றைக்கடந்து சென்றனர். எந்த மாணவனையும் தனியாக விடாமல் ஆசிரியர்கள் அவர்களைக் கண்ணும் கருத்துமாகக் கவனித்துக்கொண்டனர். அப்பொழுது ஐயரின் மகள் சுபத்ரா தானும் ஆற்றைக் கடந்து அக்கரைக்குச் செல்ல வேண்டும் என்றாள். ஐயர் மறுத்தார். ஆண்பிள்ளைகள் கைகோத்துக்கொண்டு ஒருவருக்கொருவர் அனுசரணையாகச் சென்றார்கள். அந்த மாதிரி அவளால் செல்ல இயலாதென்று அனுமதி கொடுக்க மறுத்தார் ஐயர். எப்பொழுதும் தந்தை சொல் தட்டாத அந்த இளம்பெண் அன்று இயற்கையழகில் ஈடுபட்டும் தான் ஆண்களுக்குச் சளைத்தவள் இல்லை என்று காட்டவேண்டும் என்ற ஆசையிலும் அடம் பிடித்தாள்.

ஐயர் வேறு வழியின்றி அவளுடைய கரத்தைப் பிடித்துக்கொண்டு மெதுவாக ஆற்றைக் கடக்கத் தொடங்கினார். தந்தையின் கையைப் பிடித்திருந்த சுபத்ராவின் பிடி நழுவியது. சுபத்ரா அருவியால் அடித்துச் செல்லப்பட்டாள். அவளைக் காப்பாற்றக் குதித்த ஐயரும் அடித்துச் செல்லப்பட்டார். அருவியின் கோரப் பசிக்கு இரையானார். தந்தையும் மகளும் ஒருசேர மரணத்தைத் தழுவினர்.

★

ஐயரின் மரணத்துக்குப் பிறகு பால பாரதியை சுத்தானந்த பாரதியார் தொடர்ந்து நடத்தினார். சிறிது காலத்துக்குப் பிறகு அதுவும் நின்றுபோனது.

குருகுலத்தை மஹாதேவய்யர் கவனித்துக்கொண்டார். ‘அவரை அவ்விடத்தைவிட்டுத் துரத்த, பலாத்காரமான முயற்சிகள் நடந்தன. புத்தகசாலையிலிருந்து புத்தகங்கள் எடுக்கப்பட்டன. சாமான்கள் அப்புறப்படுத்தப்பட்டன. அச்சுக்கூடம் கலைக்கப்பட்டது. மஹாதேவருடைய தாடி பட்ட பாடு பரிதவிக்கக்கூடிய விஷயம்.

இவ்வளவு நடந்தும் ஆசிரமத்தையும் நிலங்களையும் செலவழிந்த நிதியின் மிகுதியையும் யாரிடத்தும் கொடுக்க அவர் மறுத்துவிட்டார். ஐயர் இறந்த ஏழு வருஷங்கள் சீர்குலைந்த நிலையில் ஆசிரமம் மட்டும் தூங்கிக்கொண்டிருந்தது. அங்கே தனிமையாக இருக்க அஞ்சி, மஹாதேவ ஐயரும் திருநெல்வேலி நகரத்துக்குக் குடிபுகுந்துவிட்டார்.

ஹரிஜன இயக்கத்தின் சுற்றுப்பிரயாணத்தில் மகாத்மாகாந்தி திருநெல்வேலி வந்தபொழுது மஹாதேவ ஐயர் பாரத்துவாஜ ஆசிரமத்தையும் மிஞ்சியிருந்த சாமான்களையும், சுமார் இரண்டாயிரத்து எழுநூறு ரூபாய் ரொக்கத்தையும் அவருக்குச் சாசனம் செய்துவிட்டார்’ எதிர்பாராமல் கிடைத்த அந்தச் சொத்துகளை என்னசெய்வதென்று தெரியாமல் அதை டி.எஸ்.எஸ். இராஜன் பொறுப்பில் பாதுகாத்துவரும்படி காந்திஜி ரிஜிஸ்டர் செய்து கொடுத்துவிட்டார். பிறகு ஆதிதிராவிடர்களுக்காகப் பெருந்தொண்டாற்றிய சங்கரநாராயணய்யர் அதை எடுத்து நடத்தினார். ஓராண்டுக்குப் பிறகு அவரால் செலவைச் சமாளிக்க இயலவில்லை. அதன் பிறகு தமிழ்நாட்டு ஹரிஜன சேவா சங்கத்தாரிடம் குருகுலம் ஒப்படைக்கப்பட்டுவிட்டது. பள்ளிக்கூடமும் விவசாயப் பண்ணையும் நடைபெற்றன. பிறகு தி.நகர்.தக்கர்பாபா வித்யாலயாவின் பொறுப்பில் வந்தது. 1973-ம் ஆண்டு திருப்பராய்த் துறையில் உள்ள இராமகிருஷ்ண தபோவனத்திடம் ஒப்படைக்கப்பட்டது. ஒரு பள்ளி, விடுதி, விவசயப்பண்ணை, தோட்டக்கலை நடைபெற்றுவருகின்றன.

ஐயரின் கம்பன் ஒப்பியல் ஆய்வு நிகும்பலை யாகம் வரை வந்து முற்றுப்பெறாமல் நின்றுவிட்டது. முற்றுப்பெறாத நிலையில் ஒரே ஒரு அத்தியாயம் மட்டும் வேறொருவரால் எழுதப்பட்டு அதனுடன் சேர்த்து தில்லி தமிழ்ச்சங்கத்தால் 1950-ல் வெளியிடப்பட்டது.

அவருடைய கட்டுரைகளையும் கடிதங்களையும் பெருமுயற்சி எடுத்துத் தொகுக்கப்பட்டது. மங்கையர்க்கரசியின் காதல் வெளியிடப்பட்டது. இன்னும் பல நூல்கள் வெளிவரவேண்டும். பறிமுதல் செய்யப்பட்ட நெப்போலியன், ஆங்கிலத்தில் எழுதிய இந்தியச் சரித்திரம், குறுந்தொகை, கலித்தொகை, சில சங்கப்பாடல்கள் ஆங்கில மொழிபெயர்ப்பு ஆகியவை வெளியிடப்பட்டதாகத் தெரியவில்லை.

அவருடைய நூற்றாண்டு விழா அப்பொழுது முதலமைச்சராக இருந்த எம்.ஜி.ஆர். தலைமையில் நடைபெற்றது.

1999 மே 5 அன்று திருச்சி வரகனேரி அக்ரஹாரத்தில் ஒரு நினைவுச் சின்னம் எழுப்பப்பட்டிருக்கிறது. அவரது வாழ்க்கையைச் சித்திரிக்கும் புகைப்படங்கள் பார்வைக்கு வைக்கப்பட்டிருக்கின்றன. அங்கே ஒரு நூலகமும் இயங்கிவருகிறது.

அவரது நூல்கள் 2000-ம் ஆண்டில் தமிழக அரசால் அரசுடைமையாக்கப்பட்டிருக்கின்றன.

தமிழ் இலக்கிய வரலாற்றில் பொன்னெழுத்துக்களால் அவர் பெயர் பொறிக்கப்பட்டிருக்கிறது. அதை யாரும் அழித்துவிடவோ அகற்றிவிடவோ இயலாது.

Bibiliography

1. வ.வே.சு. ஐயர்- அரசியல் இலக்கியப்பணிகள்- திரு பெ.சு. மணி-உலகத் தமிழாராய்ச்சி நிறுவனம்

2. -வ.வே.சு. ஐயர் கடிதங்கள்- பெ.சு.மணி- மணிவாசகர் பதிப்பகம்

3. வீரவிளக்கு வ.வே.சு. ஐயர்- கவியோகி சுத்தானந்த பாரதியார்- அல்லயன்ஸ்

4. வ.வே.ஸு. ஐயர்- டாக்டர் தி.சே.சௌ.ராஜன் கலைமகள் காரியாலயம்

5. பாரதி நினைவுகள்- யதுகிரி அம்மாள்- அமுத நிலையம்

6. Government of Madras. Fortnightly Reports to the Government of India (Judicial Dept.) 2 March 1915

7. **இணையத்தளங்கள்:**

   i. INDIA DISCUSSION FORUM

   ii. The political situation in Pondicherry- 1910-1915

   iii. Reminiscences of Srinivas Achari. National Archives of India

   iv. Veersavarkar leaps for liberty

8. The newsletter from London- Vinayak Damodhar Savarkar Aug 1906- Nov-1909

11. Inside the enemy camp- Virsavarkar

12. Up From Slavery- Booker Washington

www.ingramcontent.com/pod-product-compliance
Lightning Source LLC
LaVergne TN
LVHW100402181026
850499LV00037B/567
* 9 7 8 8 1 8 3 6 8 4 5 6 9 *